அருகன்

அருகன்

அருணா சிற்றரசு

எதிர்
வெளியீடு

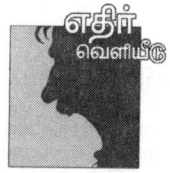

அருகன்
சிறுகதைகள்
அருணா சிற்றரசு

முதல் பதிப்பு: ஜனவரி 2025

எதிர் வெளியீடு,
96, நியூ ஸ்கீம் ரோடு, பொள்ளாச்சி – 642 002
தொலைபேசி: 04259 – 226012, 99425 11302

விலை: ரூ. 200

Arukan
Short Stories
Aruna Chitrarasu

Copyright © Aruna Chitrarasu
First Edition: January 2025

Published by
Ethir Veliyeedu, 96, New Scheme Road, Pollachi – 2
email: ethirveliyedu@gmail.com
www.ethirveliyeedu.com

ISBN: 978-93-48598-42-4
Cover Design: Negizhan
Printed at Jothy Enterprises, Chennai.

All rights reserved. No part of this book may be reprinted or reproduced or utilised in any form or by any electronic, mechanical or other means, now known or hereafter invented, including Photocopying and recording, or in any information storage or retrieval system, without permission in writing from the Publisher.

அருணா சிற்றரசு (1987)

இந்நூலின் ஆசிரியர் அருணா சிற்றரசு திருவாரூர் மாவட்டம் மன்னார்குடியில் பிறந்தவர். அரசு உயர் நிலைப்பள்ளி ஒன்றில் ஆங்கிலப் பட்டதாரி ஆசிரியராகப் பணியாற்றி வருகிறார். 2017ஆம் ஆண்டில் திருவாரூர் மாவட்டத்தின் ஆங்கில ஆசிரியர்களுக்கான நட்சத்திர சாதனையாளர் விருதைப் பெற்றவர். இணைய இதழ்களில சிறுகதைகள் எழுதி கவனம் பெற்றவர். ‘அருகன்’ இவரின் முதல் சிறுகதைத் தொகுப்பாகும்.

முன்னுரை

ஒரு எழுத்தாளர் தன்னைத்தானே தண்டித்துக் கொள்வதே புனைவு. மகத்தான கதைகள் ஓர் எழுத்தாளரை ஏதுமற்றவராக்கி இலக்கியத்திலிருந்தே விலகச் செய்பவை. எழுத்தை அணுகிய காலத்தில் மேற்கண்ட முடிவு என்னிடம் இல்லை. வாசிப்பின் இருள் குகைகளுக்குள் அடைபட்டு முதலில் மின்மினிகளைச் சேகரித்துப் பின் விரிசல்களில் வெளிச்சம் வாங்கி மெல்ல மெல்ல சுய ஒளி பற்றிக்கொள்ள என் கதைகளே எனக்குக் கற்றுத் தந்தன.

05-07-2021 அன்று ஒரு மணி நேரத்தில் என்னிலிருந்து மணந்து கமழ்ந்த தருணங்களை எழுதி முடித்தபோது 'தேவியின் மூர்த்தி' என்ற எனது முதல் சிறுகதை கட்டமைந்தது. நான் படித்த முதல் சிறுகதை என்னுடைய சிறுகதைதான் என்று சொன்னால் நம்பத்தகுந்ததாக இல்லாமல் போகலாம். ஆனால் என்னிடம் இருக்கும் உண்மை அது மட்டுமே. சிறுகதையின் வடிவும் அது தொட்டு உயரும் உச்சங்களும் எனக்குத் தெரிந்திருக்கவில்லை. அடுத்தடுத்த கதைகளுக்கு நான் வருந்தி விரும்பி திருப்பங்களையும் ஆச்சரியங்களையும் செலுத்திக் கொண்டிருந்தேன். வாசகர்களைக் கவரும் விதமாக கதைகள் அமைய வேண்டுமென உண்மைகளைக் குறைத்து சாகசங்களை நிறைத்தேன். கதைகளின் எண்ணிக்கை உயர்ந்தனவே தவிர அவை என்னுள் யாதொரு பங்களிப்பையும் கோரவில்லை.

ஆனால் 'அருகன்' கதையை எழுத ஆரம்பித்தபோது இருந்த நான் கதை வளர வளர கற்பூரம் போல் காணாமல் போனேன். 'அருகன்' சிறுகதை தன்னைத்தானே நிகழ்த்தி முடித்தபோது முழு விடுதலை அடைந்திருந்தேன். மீண்டும் மீண்டும் அக்கதையை வாசித்துப் பார்த்தேன். என்னிடம் எங்கே இருந்தது இந்தக் கதை என மிரண்டு போனேன்.

கதைகள் தன்னைத்தானே நிகழ்த்திக் கொள்ளும் மாபெரும் தரிசனத்தை நான் கண்டுகொண்டபோது சிறுகதையின் கட்டமைப்பிலிருந்து முழுவதுமாக என்னை விடுவித்துக் கொண்டேன். வருந்தி எழுதும் எதுவும் இலக்கியமாகாது என்ற பேருண்மையை அறிந்தபோது எனது கதைகளின் எண்ணிக்கையும் மட்டுப்பட ஆரம்பித்தன. ஏறத்தாழ இருபது சிறுகதைகள் இணைய இதழ்களில் வெளிவந்திருந்தாலும், நான் நம்பிக்கைகொண்ட பத்தே பத்து கதைகளை மட்டுமே எனது இந்த முதல் சிறுகதைத் தொகுப்பில் தொகுத்திருக்கிறேன்.

நிகழ்ந்தே ஆகவேண்டும் என என்னை சுண்டிய கதைகளை மட்டுமே இங்கே படைத்திருக்கிறேன். தனது கம்பீரம் அறியா யானைக்குட்டி ஒன்று குட்டை ஒன்றில் புரண்டு விளையாடும் விளையாட்டைத்தான் இங்கே நிகழ்த்தி இருக்கிறேன். இந்தக் கதைகளின் முடிவில் இலக்கியக் கரையில் நின்று உண்மைகளை வேடிக்கைப் பார்க்கும் ஒரு முதியவளாய் முதிர்ந்திருக்கிறேன்.

நேர்மையான கதைகளில் வார்த்தைகளைத் தேடிச் சொருகும் சிரமங்கள் இருப்பதில்லை. உண்மையுடன் பயணிக்கும் கதைகளில் நிகழும் கற்பனைகளும் போலிகளை ஏற்பதில்லை. கற்பனைக் கதாப்பாத்திரங்களும் தங்களுக்கென ஒரு நிரந்தரத்தை அடைந்திருக்கும் கதைகளும் இங்கு உள்ளன.

வாசகரைத் திருப்திப்படுத்தும் போக்கில் சில கதைகளின் முடிவுகள் இல்லாமல் போகலாம். எந்த சமரசத்தையும் நான் என் கதைகளிடம் வேண்டவில்லை. அவற்றின் வழியில் பயணித்து அவையே சென்றடைந்த இலக்குகள் அவை. நான் நிஜத்தில் கண்ட மனிதர்கள் என் கதைகளுக்குள் வேறு ஒருவராகவும் பரிணமித்திருக்கின்றனர். கதையின் தருணங்கள் அவர்களை மாற்றியிருக்கின்றன. 'ஓங்குபனை' சிறுகதையின் மலைவாசனை நான் என் வாழ்வில் கண்டதே இல்லை. ஆனால் மலைவாசனை ஒரு கற்பனை என்று என் மனம் ஏற்பதில்லை.

இலக்கிய நட்பு வட்டம் ஏதுமின்றி கதைகளைத் துவங்கியவள் நான். என் கதைகளே எனக்கான இலக்கிய நண்பர்களை உருவாக்கியவை. அவர்களின் பங்கு என் எழுத்தைக் காட்டிலும் வாசிப்பிற்கு ஆதாரமானவை. ஒரு பெண் எழுத்தாளராக என் கதைகள் என்னை நிறுவுவதில்லை. நானும் அவ்வகையில் எழுதுவதில்லை.

என்னுள் ஒரு நேரம் தீவிரமெடுக்கும் இலக்கியம் ஒரு நேரம் என்னை செயலறுத்து ஓய்விற்குள் தள்ளுகிறது. நானும் அதன் தீவிரத்தில் உற்சாகம் கொள்ளவும் அதன் மந்த நிலையில் அமைதி காக்கவும் கற்றிருக்கிறேன். எனது கதைகளே எனது வழிகாட்டி.

எனது மாற்றங்களே அவற்றின் வளர்ச்சி.

இந்நூல் வெளிவர உறுதுணையாக அமைந்த எதிர் பதிப்பகத்தின் அனுஷ் அவர்களுக்கும் நண்பர்களுக்கும் மனமார்ந்த நன்றிகள்.

- அருணா சிற்றரசு

அருகன்	11
ஓங்குபனை	31
உடற்றும் பிணி	42
ஊமச்சி	52
மைம்மா	68
தேமாக்காதல்	77
தீஞ்சுவை	86
மரிக்கொழுந்தன்	96
விளியறிஞுமலி	105
மடக்கொடி	117

அருகன்

அடுப்பில் தக்காளி வதங்கும் வாசம் கூரையின் இடுக்குகளைக் கடந்து வெளியேறியது. கூரைக்கம்புகளில் பிணைக்கப்பட்டிருந்த பாலை முடிச்சுகளில் ஒவ்வொரு நாள் சமையலின் நெடியும் பிசுக்குகளாய்த் தேங்கியிருந்தன. வதங்கிய தக்காளியுடன் மினுமினுவெனச் சின்ன வெங்காயங்கள் புடைத்துக் கொண்டு உருண்டன.

அடுப்பை அணைத்துவிட்டுக் கூடத்திற்கு வலப்பக்கமாய் இருந்த அறைக்குள் சென்று எட்டிப் பார்த்தாள் லீலா. மாது குப்புறப் படுத்துத் தூங்கிக் கொண்டிருந்தான். அவனருகே அமர்ந்து அவன் முகத்தைப் பார்த்தாள். அவன் தலை முடியைக் கோதினாள்.

"வாக்கட்டுலதான் புள்ள நிக்கிது நீ முக்கலன்னா புள்ள மூச்சுத் தெணரும் சொல்லிப்புட்டேன் ஒழுங்கா முக்கி புள்ளய வெளியத்தள்ளு" என்று பெரியாசுபத்திரி நர்சு சிடுக்கு வெடுக்கெனப் பேசியதை லீலா நினைத்துப் பார்த்தாள். அய்யயோ என் புள்ளக்கி மூச்சுத் தெணருமா! என வலி மொத்தத்தையும் உச்சந்தலைக்கு ஏற்றிக் கொண்டு தன்னால் முடிந்த அளவிற்கு வயிற்றைக் கீழ் நோக்கி அனுப்பினாள் லீலா. சதைப்பற்றை விட்டு முழு மாங்கொட்டை நழுவியதைப் போல மாது லீலாவை விட்டு வெளியேறினான்.

கடிகாரத்தைப் பார்த்தாள் லீலா. எட்டு மணி என்று காட்டியது. அவனை எழுப்பாமலேயே திரும்பி விட்டாள்.

அந்தக் கோவிலின் கோபுரமும் ஓர் இரவும் ஒன்றையொன்று தழுவிக் கொள்ள நெருங்கிய வேளையிலேயே பிடித்துக்கொண்டது ஒரு பேய் மழை. கோவில் மொத்தமும் நனைந்து வீதியெங்கும் வடிந்து கொண்டிருந்தது. மழை நிற்பதற்கான அரவமே இல்லை. தான் நனைவதை விட தன் குதிரை நனைவதை அவன் விரும்பாமல் தேர்ப்பக்கமாகக் குதிரையை அணைத்து நின்றான். யாருமற்ற வீதியில் இரவு பெருந்துளிகளாய் விழுந்து கொண்டிருந்தது. கோவில் கதவின் இடுக்கில் அப்போதுதான் வெளியேறப் பாய்ந்த பூனைக் குட்டி ஒன்று சிக்கிக் கொண்டது. அதைத் காக்கும் பொருட்டு கோவிலின் வாயிலுக்கு மழையில் நனைந்த படியே ஓடினான். குட்டியைத் தூக்கி கீழே விட்டதும் அது விறுட்டெனப் பாய்ந்து அருகில் இருந்த பழைய மாளிகைக்குள் சென்றது.

தேர்ப்பக்கமே மீண்டும் செல்ல திரும்பியவனின் கண்களில் வீதியின் முனகல் கொலுசு மணிகளாகக் கேட்டது. தூரத்தில் தீபமொன்று அம்மழையிலும் அணையாமல் நடந்து வந்தது. அது ஒரு ஐந்தடி உயர தீபம். செங்குத்தான ஓடமொன்று அகலமான வாய்க்காலைக் கிழித்து வருவது போல அது அவனை நெருங்கிக் கொண்டிருந்தது. அது என்ன என ஊகிக்க இரவு ஒத்துழைத்தாலும் மழை அவனுக்குத் திரையிட்டுக் கொண்டே இருந்தது.

அவன் கண்களின் முழு திருப்திக்கு இப்போது அது அவன்முன் வந்து நின்றது. தலையில் முக்காடுடன் ஈரப்பெண் ஒருத்தி. அவளின் இடது இடையில் வெண்கலக்குடம். அவளின் குறுக்கில் பட்டு குடம் பளிச்சிட்டது. இரவுதான் என்றாலும் பொன்வண்டு நிறப் புடவையில் அவள் பின்னால் இருந்த வீதிக்கே ஒளியூட்டினாள். முகத்தை மறைத்திருந்த முக்காட்டை மழை அவளுடன் ஒட்டி வைத்திருந்தது. மூக்கும் உதடுகளும் எங்கே இருக்கிறோம் என அப்பட்டமாய்க் காட்டிக் கொண்டன. கன்னக் கதுப்பில் துணி அவ்வளவாக ஒட்டவில்லை.

குடத்துடன் அவளின் கனம் அப்படியே அவனுள் புகுந்தது. தான் ஒரு ஆண் என அவனின் ரோமங்கள் அவனைக் குத்திக் குத்திக் காட்டின. இடுப்பிலிருந்து குடத்தைச் சரித்து அவனிடம்

நீட்டினாள். அவள் உதட்டின் வரிகளைத் தேடிக்கொண்டே அதை வாங்குகையில் குடம் ஆர்ப்பரித்தது. ஆகாயம் மொத்தமும் குடத்துக்குள் அடைந்ததாய் மழை கொப்பளித்து வெளியேறியது. இரண்டு கைகளாலும் குடத்தைப் பிடித்து முகத்திற்கு நேராய் வைத்துப் பார்த்தான். அவனுக்கும் அவளுக்கும் இடையே பூமியைப் பிளந்து ஏழடியில் முளைத்த ஒருவன் குடத்தை எட்டி உதைத்தான். குடம் வெடித்து வீதியே ஆறாய் ஓடியது.

உடைந்து ஒழுகியவனாய் விழிப்புக்கு வந்தான் மாது. கட்டிலின் முடுக்கப்பட்ட பாகங்கள் ஒன்றை விட்டு ஒன்று விலகி க்ரீச் க்ரீச் என்றன. அசுரனின் பூமி மிதிப்பு போல தரையை உந்தி "அம்மா!" என அலறினான்.

பாத்திரங்களிலிருந்து வெளியேறியவளாய் டங் க்ளிங் ஒலிகளுடன் அவன் அறை நோக்கி ஓடினாள் லீலா.

"என்னய்யா என்னாச்சு!" அறைக்குள் நின்றும் ஓடிக்கொண்டே இருப்பவள் போல மூச்சிறைக்க கேட்டாள்.

"மணியப்பாத்தியா! மணி எட்ரை!"

"என்ன ஏன் எழுப்பல?"

"இல்லப்பா விடிகாலைலதான் வந்த தூக்கமே இல்ல ஒனக்கு. அசந்து தூங்குனியா எழுப்ப மனசே வரலப்பா."

வாஞ்சையாய் முகத்தைக் கீழிறக்கிக் கண்களை மட்டும் உயர்த்தினாள் லீலா.

துண்டை உதறிக்கொண்டு வேகமாய்ப் புழக்கடைக்குச் சென்றான் மாது.

குளித்து முடித்துத் தலையைத் துவட்டிக் கொண்டிருந்தவனுக்கு இட்டலிகளை ஊட்டிக் கொண்டே அவன் பின் ஓடினாள் லீலா.

திண்ணையிலிருந்த சைக்கிளை இறக்கித் தெருவில் வைத்து அவசரமாய் ஏறி ஒரு மிதி கொடுக்கையில் தனம் எதிரே வந்தாள். மஞ்சள் தாவணியில் அவளின் மாநிற முகம் வனப்பேறி படர்ந்தது. வழக்கத்தை விட அவளின் முகம் சற்றுப் பெரிதானதாகத் தோன்றியது அவனுக்கு. அருகே வந்து அவன் பிடித்திருந்த கைப்பிடியை அழுத்திப் பிடித்தாள்

அவள். அவ்வளவு நெருக்கமாய்த் தன் முகத்தை அவன் முகத்திடம் கொடுத்தாள். உதடுகளைப் பரப்பிச் சிரித்தான். இல்லையென்றால் அவளைத் தொட்டுவிடும் தொலைவில் இருந்தன அவன் உதடுகள். முகத்தை வெடுக்கென மீட்டுக் கொண்டாள். அவனிலிருந்து விலகித் திண்ணைக்கு ஏறினாள். அவளின் பின்னழகில்தான் அவனுக்கு விருப்பமே.

சிரித்துக் கொண்டே சைக்கிளை மிதிக்கலானான் மாது.

மரவாடி ஒன்றில் மாதுவின் அப்பா கணக்கு எழுதிக் கொண்டிருந்தார். அவரின் அகால மரணத்திற்கு பிறகு எட்டாம் வகுப்புடன் படிப்பை நிறுத்தி விட்டு அப்பாவின் வேலையைப் பிடித்துக் கொண்டான்.

“என்னடே மாது இன்னிக்கி நேரமாய்ட்டுதா?” வீராச்சாமி செட்டியார் மரவாடிக்குள் நுழைந்தார்.

“இல்லங்கய்யா நேரத்துக்கு வந்துட்டனே” தன் இருக்கையிலிருந்து எழுந்து நின்று சொன்னான் மாது.

“இல்லடே எட்டு மணிக்கு இப்டியேத்தான் தங்கச்சி ஊட்டுக்குப் போனேன். சீட்டுல உன்னைக் காணலயே!”

“ஆமாய்யா எட்டே முக்காலுக்குத்தான் வந்தேன்”

“அதானப் பாத்தேன் பய எட்டுக்கெல்லாம் இருப்பானே காணுமேன்னு தாசுப்பயல கேட்டனே!. கடையை அப்பத்தான் தொறந்தான் போல!”

“ஆமாய்யா கொஞ்சம் நேரமாச்சுன்னு நானே தம்பி ஊட்டுக்குப் போயி சாவியை வாங்கிட்டு வந்துட்டன்” தாசு மரப்பலகைகளை அடுக்கிக் கொண்டே சொன்னான்.

மாது ஏதும் சொல்லாமல் அப்படியே நின்றான்.

“எடே! நான் என்னாடா சொல்லப் போறேன் ஒன்னப்போயி! நீ பொறுப்பான புள்ளடா. அப்பனுக்குத் தப்பாம பொறந்த பய நீ! ஒன்ன நம்பிதான் மரவாடியையே நடத்துறேன். ராத்திரி சினிமாக்குப் போயிட்டேன் கண்ணசந்துட்டேன்னு சொன்னா நான் என்னா பிச்சா திங்கப் போறேன்?”

“இல்லங்கய்யா அது வந்து.... ”

"ஒன்னும் சொல்லாத கடையைப் பாரு நான் ஆச்சியைக் கொண்டுக்குட்டு ஆசுபத்திரி போயிட்டு வாரேன்" செட்டியார் பெட்டி வைத்த சைக்கிளில் மெல்ல உருண்டு மறைந்தார்.

ஆச்சிக்கு உடம்புக்கு என்ன எனத் தாசும் மாதுவும் கேட்பதே இல்லை. அது ஒரு முப்பது வருட சடங்கு. எல்லோருக்கும் பழகிவிட்டது.

மாணிக்கம் ஆசாரியிடம் அரை மணி நேர பேரத்துக்குப் பிறகு கங்காலி மரத் துண்டு ஒன்றை இருநூறு ரூபாய்க்கு வாங்கிவிட்டு கணக்கெழுதி நிமிர்ந்து சோர்வில் அப்படியே தன்னிருக்கையில் சரிந்தான் மாது.

மரவாடிக்கு எதிரே தெப்பக்குளம். சாகரம் ஒன்றைச் சதுரமாய் வடித்தது போல் கரக்கச்சிதமாய் இருக்கும். தெப்பக்குளத்தின் நடுவே ஒரு மண்டபம் மரங்கள் சூழ கிளைகளைப் பறவைகள் சூழ எனச் சூரியன் தணியும் மாலையில் குளிர் காற்றை உற்பத்தி செய்து கொண்டிருக்கும். மண்டபத்தின் காவி வெள்ளைக் கோடுகளைப் பார்த்தபடியே இருப்பான் மாது. வெள்ளையில் காவிக்கோடுகளா அல்லது காவியில் வெள்ளைக் கோடுகளா எனத் தேடிக்கொண்டே இருப்பது அவன் வழக்கு.

கடைக்கும் குளத்திற்கும் இடையிலான வீதி யாருமின்றி தனித்துக் கிடந்தது. ஆடாத ஊஞ்சல் ஒன்று கயிறுகளற்று நிலத்தில் கிடப்பது போல் நல்லதொரு அகலத்தில் வீதி. அவ்வீதியில் மெல்ல அவனின் சோம்பலை வைத்து குளத்திற்குள் ஆட்டினான் மாது. வீதி மெல்ல மேலெழும்பிய நேரத்தில் அதை மிதித்துக் கடந்தான் நேமி. ஊஞ்சல் உயிரிழந்தது.

ஊரின் பெரியக்கோவில் போல, ஊரின் தெப்பக்குளம் போல, ஊரின் காவல் நிலையம் போல, ஊரின் பள்ளிக்கூடம் போல ஊரின் அங்கமாய் விரவித் திரிபவன் நேமிநாதன். உபக்கிளைகள் கழிக்கப்பட்ட முருங்கைமரம் போல் வானைத் தொட வளர்ந்து கொண்டிருப்பவன். அவன் உயரம் கூடிக் கொண்டே இருப்பது போல்தான் எல்லோர் கண்களுக்கும் தெரிந்தது. நீண்ட கால்கள் முளைத்த இடம் அப்பட்டமாய்த் தெரியும் அளவிற்கான நிர்வாணம். அவன் இடுப்பில் மூன்று மூட்டைகள் தொங்கும். பக்கவாட்டில் வலம் இடம் எனச் சில்லறைக் காசுகள் சேர்த்து வைக்கப்பட்ட மூட்டைகள் தொடை வரை தொங்கும். நடுவில் ஒன்று சிறுவர்களுக்கான ஆராய்ச்சிக்கெனக் காலம் காலமாய்

அருகன் | 15

இழுத்துக் கட்டப்பட்டது. மூட்டைகளும் அவனும் பிரித்தறிய வாய்ப்பின்றிப் பூரணமாய் அழுக்கேறி ஆண்டாண்டுகளாய்ப் பிணைந்திருந்தனர்.

அவன் பிசுக்குகளைக் கூர்ந்து கவனித்தால் அவன் எத்துணை நிறமானவன் என்பது புரியும். நல்ல மஞ்சள் நிறத்தான் எனப் பிசுக்கடைந்த அவனின் புஜங்கள் ஆண்டுகள் கடந்தும் பூர்வ நிறத்தைப் பறைசாற்றுவன. எப்போதாவது அவன் தெப்பக்குளத்திலிருந்து வெளிவரும்போது சூரியனின் நிமிண்டலில் அவன் பொன்னிறம் மின்னும்.

ஆறாண்டுகளாய்ப் பிள்ளை இல்லாத கவிதா ஈரப் பாவாடையுடன் மலைவேம்பை அரைத்துண்ணும் படித்துறையில் சரசு கிழவி அவளை நேமியை வைத்துச் சீண்டுவாள்.

“ஒத்த ராத்திரி ஒன் திண்ணைல நேமியப் படுக்கப் போட்டிருந்தீன்னா அஞ்சு புள்ள பெத்துருக்கலாம்” குறுக்கு மாராப்புடன் புடவையைப் பிழிந்து கொண்டே சொல்வாள் சரசு.

குழுமியிருந்த பெண்கள் எல்லோருக்கும் ஏக ராகத்தில் சிரிப்பொலி கிளம்பும்.

“அதெப்புடி கெளவி ஒத்த ராத்திரிக்கு அஞ்சு புள்ள?” மஞ்சளைப் பூசிக்கொண்டே சீதா கேட்பாள்.

“அவன் மூட்ட கனம் தெரியாதா ஒனக்கு?” படிக்கட்டில் உட்கார்ந்து கொண்டு ஒரு குவளையில் தண்ணீரை மொண்டு ஊற்றிக் கொண்டே முடுக்குவாள் சரசு கிழவி.

“கெளவி ஏழு புள்ளயும் அப்டித்தான் வாங்கிருப்பா போல!” கவிதா சீறுவாள்.

“என் கெளவன் என்னா ஒம்புருசனாட்டம் சத்தில்லாதவனாடி?” குவளையால் இடிப்பாள் சரசு.

கவிதாவிற்கு ஆத்திரம் முட்டினாலும் ஒரு சில நாள்கள் நேமிக்குத் திண்ணையைக் கூட்டிப் பெருக்கி வைப்பாள்.

நேமி அந்த மடத்துத் திண்ணையை விட்டு வேறெங்கும் படுப்பதில்லை. சோழர் காலத்தில் கட்டப்பட்ட ஜைனக் கோவில் அது. இரண்டடுக்கு கோபுரத்துடன் அத்தெருவையே

தன் கைகளுக்குள் அணைத்திருக்கும். தெருவின் அகலமும் கோவிலின் சப்பணமிடப்பட்ட இருப்பிற்கு அகண்டு இருக்கும். கோவிலை ஒட்டி வலம் இடம் என இரு சந்துகள் பிரியும். சந்துகள் கோவிலின் மதிலை ஒட்டித்தான் வரையப்பட்டிருக்கும். வலப்பக்க மதிலுக்கு நேரே அதாவது கோவிலின் வலது தோள்பட்டைக்கு நேரே வடக்கு நோக்கி மடம் ஒன்று இருக்கும். பன்னிரண்டாம் நூற்றாண்டில் கட்டப்பட்ட மடமாகத்தான் இருக்க வேண்டும் என அதன் சிதிலங்கள் எழுதி இருந்தன.

கறுப்பு அப்பியிருந்த மாளிகை அது. பாசிப்படர்ந்து காலத்தின் கண்டிப்பில் அது கறுப்பாய் மாறியிருக்க வேண்டும்.

முகப்பு அலங்காரங்கள் கூரான கலசங்களைத் தலைகீழாய்த் தொங்கவிட்டது போல் ஓரடிக்கு ஒன்றாய்க் கூரையிலிருந்து தொங்கும். மாளிகையின் சுவர்களின் வழியே அரசமரக் கன்றுகள் வெடித்து வெளியேறிக் கொண்டிருந்தன. மாளிகைக்கும் கோவிலுக்கும் இடையேயான அந்தச் சந்தைக் கடந்தாலே வெளவால் எச்சத்தின் வீச்சம் குமட்டிக் கொண்டு வரும். அதன் திண்ணைகளே நேமியின் வாழிடம்.

அந்த மடத்தின் கதவுகள் பல நூற்றாண்டுகளுக்கும் முற்பட்டவை. இவ்வளவு காலமாகியும் அப்படியே ஆற்றல் குறையாமல் காத்து நிற்பவை. கோவிலின் கதவுகளும் மடத்தின் கதவுகளும் அசப்பில் அப்படியே இருப்பன. கோவிலின் கதவுகள் பராமரிப்பினால் பொலிவுடன் இருந்தன. மடத்தின் கதவுகளில் விரிசல்கள் விழுந்திருந்தன. கதவுகளின் முன் இரும்புச் சங்கிலிகளில் ஒரு முழு ஆணின் தலையளவிற்குப் பூட்டு ஒன்று தொங்கிக் கொண்டிருக்கும். அதன் சாவி யாரிடம் உள்ளது எனக் கோவிலின் அறங்காவலருக்கு மட்டுமே தெரிந்திருக்கக் கூடும். அவரும் வடக்கே ஏதோ ஒரு வியாபாரத்தில் இருக்கிறார். கோவில் பராமரிப்பிற்கான செலவுகளை இங்கிருக்கும் ஒருவரின் வங்கிக் கணக்கிற்கு அனுப்பி வைப்பார்.

கோவிலின் தேர் நிலையடியில் நின்று ஒரு நூறு ஆண்டுகளாவது ஆகியிருக்கும். அதன் மரவேலைப்பாடுகள் உருக்குலைந்திருந்தாலும் பிரமிப்பைக் கொண்டிருந்தன. அந்தத் தேரில்தான் மாது மற்றும் அவன் வயதொத்த தெருப் பிள்ளைகளும் விளையாடுவர். தேரின் உச்சியில் ஒரு பூ வேலைப்பாட்டில் 'மாதவன்' என்று தகரத்தினால் கீறி இருப்பான். இருபது வருடங்கள் கடந்தும்

அந்தக் கீறல் அப்படியே இருந்தது. கடைசி 'ன்' ல் ஒற்றுப்புள்ளி மட்டும் நீண்டு பட்டையாய் வெடித்திருந்தது.

அந்தத் தேர் விளையாட்டில் எப்போதும் அரசன் மாதுதான். அவனின் அரசிகள் அவ்வப்போது மாறுவர். தேர் நகர்வது போன்றே எல்லோரும் உடலைக் குலுக்குவர். மாது நெஞ்சை நிமிர்த்தி ஹரி நீட்டிக் கொண்டிருக்கும் தட்டுகளில் இருக்கும் கூழாங்கற்களைத் தெருவில் விசிறுவான். கீழிருக்கும் மக்கள் அதை ஓடி ஓடிப் பொறுக்கிக் கொள்வர். அரசனுக்கு உடலை வளைத்து கைகூப்பி நன்றி சொல்வர்.

அரசன் ஒரு நாள் தேரில் நகர்வலம் வந்தபோது புதுமணத் தம்பதி ஒன்றின் வரவேற்பு சடங்கு அந்தத் தெருவில் நிகழ்ந்து கொண்டிருந்தது. அரசனின் தேர் அந்நேரத்தில் வரும் என யாரும் எதிர்பார்த்திருக்கவில்லை. ஏனெனில் அது அரசனின் நேரமன்று. இரவு முழுவதுமாய்க் கவிந்த பின்மாலை அது. அரசனின் தேர் அதிர்வைக் கொண்டே அரசனின் வரவை உணர்ந்த மக்கள் வீதியின் இருமருங்கிலும் ஒதுங்கிக் கொண்டனர். ஏதோ ஓர் கொண்டாட்டத்தின் இடையில் தான் வந்து விட்டதாய் உணர்ந்த அரசன் தனது பட்டாடை வெளிச்சமூட்ட ஆபரணங்கள் இசையமைக்க கொண்டாட்ட வீட்டின் அருகே வந்தான். அரசன் நின்ற வாசலுக்கு ஓடி புதுமணத் தம்பதியர் அரசனின் ஆசிக்காய் அவன் கால்களில் கிடந்தனர். அவர்களை உயர்த்தினான் அரசன். மணமகன் ராஜ களையில் வாலிபத்தைத் தன் கண்களில் தீட்டிக் கொண்டு நின்றான். மணமகள் முகத்தை முழுவதுமாய் மூடியிருந்தாள்.

அவர்களை ஆசீர்வதித்துப் பொன்முடிப்பு ஒன்றை வழங்கி விட்டுக் கோவிலுக்குள் புகுந்தான் அரசன்.

கோவிலின் கொடிக்கம்பத்திற்கு அருகே ஐந்தடி உயரத்தில் கொப்பறை ஒன்று நெருப்பிற்காகக் காத்துக்கொண்டு நின்றது. சுள்ளிகள் அடுக்கப்பட்டுக் கொழுந்து விடுவதற்கான எரிப்பொருள்கள் கொப்பறையில் நிரம்பி இருந்தன.

"இது என்ன?" என அரசன் கேட்டான். புதிதாய்த் திருமணம் ஆன அப்பெண் புகுந்த வீட்டிற்குள் நுழையும் முன் இக்கொப்பறையைச் சுடர்விடச் செய்வாள். இது இப்பகுதி மக்களின் பழக்கம் என்றார் அமைச்சர்.

“ஓகோ! அப்பெண் இங்கே வந்து இதை நெருப்பூட்டுவாள் அப்படித்தானே!” அரசன் கேட்டான்.

“ஆம் அரசே!”

“சரி நாமும் இங்கிருந்து அச்சடங்கைப் பார்த்து விட்டுச் செல்வோம்.”

“இல்லை அரசே! புதுமணப் பெண்ணை வெளி ஆண்கள் யாரும் பார்த்துவிடக் கூடாது என்பது அவர்களின் நெறி. அதனால்தான் அவள் முகத்தை முக்காடிட்டு மறைத்திருக்கிறாள்.”

“ஆம். நானும் அதைக் கவனித்தேன்” என அரசன் இமுக்கையிலேயே மனக்கண்ணில் அவளை உயர்த்திய போது அரசன் கண்ணுற்ற அவளின் கழுத்து அவனைக் குடைந்தது. நிச்சயம் அவள் பேரழகி. அந்தக் குரல்வளையின் வடிவே சொல்லிற்று. அவளின் முகத்தைக் காண வேண்டுமென்ற ஆவல் அவளை ஆசீர்வதித்தபோதே அரசனை ஆக்கிரமித்து விட்டது.

அரசன் அதற்கு மேல் அதில் பிடிவாதம் பிடிப்பது அவனின் மாண்பிற்குப் பிசகு எனக் கோவிலில் கொலுவீற்றிருந்த மல்லிநாத தீர்த்தங்கரரைத் தரிசித்து விட்டு வெளியேறினான். கோவிலின் வலப்பக்கத்தில் இருந்த மாளிகையின் வாசலில் ராட்சத கதவுகளுக்கு முன்னால் முக்காடிட்ட அவள் முதல் படியில் நின்று கொண்டிருந்தாள். அதனாலேயே மற்றவர்களிடமிருந்து உயரே தெரிந்தாள். அரசனுக்கான கூட்டம் கூடியதில் தெருவே நிறைந்தது.

அவளை வாழ்நாளில் ஒரு முறையேனும் தரிசித்து விட வேண்டும் என அரசன் தன் நெஞ்சை மூன்று முறைத் தட்டிக் கொண்டான். தேரில் ஏறியதும் மாளிகையை ஒரு முறைப் பார்த்தான். அவளின் முக்காடு விலகவே இல்லை. முன்னறிந்த அழகிகளின் பெயர்போன அங்கங்களையெல்லாம் இணைத்து அவனாகவே ஒரு உருவம் கொடுத்து அவனருகில் கற்பனையில் அவளை அமர்த்திக் கொண்டான். அப்படியும் அவளின் முக்காடு அவனை வருத்திக் கொண்டிருந்தது.

ஏழு மணிக்கெல்லாம் விளையாட்டை முடித்துக் கொள்ளும் மாது எட்டு மணி வரை வீடு திரும்பவில்லை என்றதும் லீலா தேடிக்கொண்டு வந்துவிட்டாள். வழக்கம்போல அரசனின் பக்கத்தில் புது அரசி. தட்டில் கூழாங்கற்கள். இன்னும்

கொஞ்சம் கூழாங்கற்கள் இருந்தால் நன்றாக இருக்கும் என அரசி சொல்ல ஹரியும் விமலும் கூடுதலாய்க் கூழாங்கற்களைச் சேகரித்துக் கொண்டிருந்தனர். தேரில் அமர்ந்து கொண்டு நிமிர்ந்தால் மாளிகைமடம் துல்லியமாய்த் தெரியும். அதன் மூடப்பட்ட கதவுகள் இருட்டிலும் அதன் சதுரங்களை எடுப்பாய்க் காட்டும். பூட்டும் சங்கிலியும் மட்டும் தெரியாது. அன்று அந்தக் கதவுகள் திறக்கப்படுவது போல் ஓர் மெல்லிய ஒளிக்கீற்று கதவின் உயரத்திற்கு நின்றது. மெல்ல அக்கீற்று அகலமானது. ஒரு ஆள் நுழையக் கூடிய அளவுக்கான சுடர் ஒன்று ஒளிர்ந்து கொண்டிருந்தது.

தேரில் இருந்த மாதுவின் முகத்தில் அச்சுடர் பிரகாசித்தது. தலையில் முக்காடு அணிந்த பெண்ணொருத்தி அங்கே நின்றாள். தேடிக்கொண்டு வந்த லீலாவின் குரலில் திடுக்கிட்ட மாது தேரின் உச்சியிலிருந்து தவறி கீழே விழுந்தான். அடித்துக் கொண்டு ஓடிவந்து பிள்ளையைத் தூக்கிய லீலாவின் கைகளெல்லாம் இரத்தம். மாதுவின் தலை நனைந்திருந்தது.

கடையைப் பூட்டி விட்டு மணியைப் பார்த்தபோது மணி பத்து. "நான் கௌம்புறேன் தம்பி" என்று தாசு நடையைக் கட்டினான்.

சைக்கிளைத் தொட்ட போதுதான் மாதுவிற்குத் தனத்தின் நினைப்பே வந்தது. ஒரு புன்சிரிப்புடன் சைக்கிளை மிதிக்கத் துவங்கினான்.

கோவில் வீதியை அடைந்தபோது கோபுரத்தின் தலையில் நிலவு நின்றது. தெருவிளக்குகள் ஏதுமில்லை. தூரத்தில் நாய்களின் குரைப்பொலி. சைக்கிள் மிதியின் போது அவனின் கால்சராயின் வாயகன்ற அடிப்பகுதிக்குள் அவன் பாதங்கள் புதைந்து புதைந்து வெளியேறின. அவன் பதினைந்து ஆண்டுகளாய்க் கடக்கும் வீதி. கடந்த ஐந்து ஆண்டுகளாய் இரவு அதே பத்து மணியில் உலாவுகிறவன். கோவில் கோபுரத்தின் உச்சியில் எப்போதும் எரிந்து கொண்டிருக்கும் மின்விளக்கு அன்று எரியவில்லை.

நிலவொளியே போதும்தான் அவ்வீதிக்கு. மாளிகைமடத்திற்கு நேராய் அன்றும் சந்தைப் பாதி அடைத்தாற்போல் தேர் நின்று கொண்டிருந்தது. தேர் நிற்பதாலேயே நான்கு சக்கர வாகனங்கள் எதுவுமே அந்த இடப்பக்கச் சந்தின் வழி வரவே முடியாது. கோவில் கோபுரத்தைப் பார்த்துக் கொண்டே தேர்

நிற்கும் சந்து வழி சைக்கிளைத் திருப்பினான் மாது. யாரோ தேர்ச்சக்கரத்தில் கம்பு ஒன்றைச் செருகியிருந்ததால் அதில் சிக்கி அவன் சைக்கிள் வழுக்கியது. மாதுவும் சைக்கிளும் கீழே விழுந்தனர். பெரிய அடி ஏதும் இல்லை. மாது எழுந்து சட்டை பேண்டில் ஒட்டியிருந்த மண்ணைத் தட்டி விட்டு சைக்கிளை எடுக்கக் குனிந்தான். சைக்கிளை நிமிர்த்தி விட்டு தேரை அண்ணார்ந்து பார்த்தான். பின் ஏதோ நினைவுற்றவனாய்ச் சடாரென வலப்பக்கம் திரும்பி மாளிகைமடத்தைப் பார்த்தான். இருட்டில் கண்களை மூடித் தூங்கிக் கொண்டிருந்தது மாளிகை.

அதைச் சற்று நேரம் உற்றுப் பார்த்துக் கொண்டிருந்தான். தீக்குச்சியில் நெருப்பு தொற்றியது போல கதவுகளுக்குள் சுடர்விட்டது அப்பேரொளி. தூங்கிக் கொண்டிருந்த அரசி ஒருத்தி கண் திறந்தது போல உயிர் கொண்டது மாளிகை. சைக்கிளை அப்படியே விட்டுவிட்டுக் கதவை நோக்கிச் சென்றான் மாது. அவன் கதவை நெருங்க நெருங்க கதவு மெல்ல மூடிக்கொண்டிருந்தது. கதவு மொத்தமாய் மூடப்போகிறது என்றுணர்ந்து அவன் பாய்கையில் அவன் முன் நேமி நின்றான். இருள் சூழ இருவரும் எதிரெதிராய் நின்றனர். நேமிக்குப் பின்னே கதவு நிரந்தர இருட்டிற்குள் சென்றது. நேமியைத் தாண்டி கதவின் மேல் மாது கண்களை வைத்த போது நிழல் நிறத்தில் பூட்டு தொங்கிக் கொண்டிருந்தது.

நேமியின் உள்ளங்கைச் சூடு மாதுவின் நெஞ்சில் ஊறிக் கொண்டிருந்தது. நேமியின் கைகளைத் தன்னிடமிருந்து பிடுங்க முடியவில்லை மாதுவால். நேமியின் கண்கள் மாளிகையின் இருட்டிலும் செவ்வொளியாய்த் தகித்தது. நேமியின் மயிரடர்ந்த முகத்திற்குள் அவனின் வாலிபத்தை மாதுவால் காண முடிந்தது. மாளிகையின் வௌவால் வீச்சத்துடன் நேமியின் பீடி மணம் கூடி நெருக்கடியை மேலும் அதிகரித்தது.

தன்னால் ஆனவரை திறம் வளர்த்து நேமியின் கைகளைப் பின்னுக்குத் தள்ளினான் மாது. பின்வாங்கியவாறு தளர்ந்திருந்த நேமி மாதுவைத் தன் இடது தோள்பட்டைக்குத் தூக்கி ஆங்காரமாய்க் குரலொன்று எழுப்பி வீதியில் வீசினான். அது நுண்மண்ணாலான வீதி என்பதால் தொப்பென்று விழுந்தான் மாது. சுதாரித்து எழுந்த போது தூணின் உச்சியில் கால்களை வைத்துக் கொண்டு தலை வைப்பதற்கென மேடாக்கிய கல்லின்

அணைப்பில் தலை வைத்துக் கண்களை மூடி திண்ணையில் படுத்திருந்தான் நேமி.

மறுநாள் அம்மா எழுப்புவதற்கு முன்பே எழுந்த மாது அம்மாவிடம் நேமி பற்றி விசாரித்தான்.

"யாருதான் மா இந்த நேமி?"

"என்னடா திடீர்னு அவனைப் பத்தி கேக்குற? எல்லாரும் சொல்லுற கததான. அவன் அந்தக் காலத்துலயே நல்லா படிச்சவனாம் படிச்சி படிச்சே பைத்தியம் ஆயிட்டானாம்."

"அவன் யாரூட்டு புள்ள?"

"நான் கல்யாணம் பண்ணி இந்த ஊருக்கு வந்த காலத்துலேந்தே அவன் இப்புடித்தான் சுத்துறான். நான் அன்னைக்கி எப்படி பாத்தனோ அப்புடியேத்தான் இன்னும் இருக்கான்."

"அந்த மடம்?"

"அங்கதான் அவன் பொறந்ததாவும் சொல்லுவாங்க!"

"அவன் ஆயி அப்பன்!"

"யாரு கண்டா! சரசு கௌவிக்கே தெரியல!"

"சரசு கௌவி கலியாணம் பண்ணி வந்த காலத்துலேந்தே நேமி இருக்கான்னு சொல்லும்."

"அந்த மடத்துக்குள்ள யாராச்சும் இருக்கங்களாம்மா?"

லீலாவின் முகமெல்லாம் வியர்த்திருந்தது.

இருபது ஆண்டுகளுக்கு முன் தேரிலிருந்து தவறி விழுந்த அந்த ஒரு மாதத்தில் மாது கேட்டுக் கொண்டே இருந்த அதே கேள்வி.

"அங்க யாருமே இல்லப்பா. அது பூட்டியேத்தான் கெடக்கும். அங்க யாரும் இல்லய்யா. ஒனக்கு ஏன் திடீர்னு அந்தக் கேள்வி இப்ப?"

"இல்லம்மா சும்மாதான் கேட்டன்."

சைக்கிளை எடுத்துக்கொண்டு வெளியேறினான். தேருக்குப் பின்னால் சைக்கிளை நிறுத்தி விட்டு மாளிகைமடத்தை எட்டிப் பார்த்தான். திண்ணையில் நேமி இல்லை. மெல்ல

நடந்து வெளவால் புழுக்கைகள் இறைந்திருந்த திண்ணையைப் பார்த்தான். இரண்டு புறமும் திண்ணைகள் வெளவால்களின் ஆட்சியில் கருகி இருந்தன. சுவர் முழுக்க கரிக்கோடுகள். என்னென்னவோ எழுதப்பட்டிருந்தன. அந்த எழுத்து வடிவம் மாது இதுவரைப் பார்த்திராத ஒன்றாக இருந்தது. இந்தியும் இல்லை என உறுதி செய்து கொண்டான். ஓவியங்களும் இருந்தன. அளவில் சிறிய ஓவியங்கள் என்றாலும் அத்தனையும் ஆடம்பரமான ஓவியங்கள். சிறு வயதில் தேருடனே நின்றுவிட்ட மாதுவிற்குத் திண்ணை இப்போது விசித்திரமாய் இருந்தது. அதிகமாகப் பல்லக்கு ஓவியங்கள் இருந்தன. ஒரு தேர் ஓவியமும் இருந்தது.

"ஏ மாது! என்னடா பண்ற அந்த நாத்தம்புடிச்ச திண்ணையில?" செட்டியார் பார்த்துவிட்டார்.

"ஒன்னுமில்லங்கய்யா" அங்கிருந்து ஓடி வந்தான் மாது.

"கடை சாவி எங்க?"

"இந்தா இருக்குங்கய்யா. கடைக்குத்தான் போறேன்."

"சாவியை என்னுட்ட குடு. கைப்பையை ஊட்டுல உட்டுட்டேன். நீ போய் அதை எடுத்தா."

"சரிங்கய்யா."

"சைக்கிளு எங்கடா?"

"இந்தா இருக்குங்க" என்றபடியே தேருக்குப் பின் சென்று சைக்கிளை எடுத்தான்.

"சைக்கிளை பொதருக்குள்ள உட்டுப்புட்டு இந்த நாத்த திண்ணைல என்னாத்தடா தேடுன?"

பதில் ஏதும் சொல்லாமல் சைக்கிளை எடுத்துக்கொண்டு கோவிலுக்கு வலப்பக்கச் சந்திற்குள் மறைந்தான் மாது.

வீட்டு வாசலில் சைக்கிளை நிறுத்தி விட்டு வீட்டிற்குள் நுழைந்தான். ஊரிலேயே மடத்திற்குப் பிறகான விசாலமான திண்ணை கொண்ட வீடு செட்டியார் வீடுதான். திண்ணையில் கயிற்றுக் கட்டிலில் ஆச்சி படுத்திருந்தாள்.

"ஆச்சி பை எங்க?" சத்தமாகக் கேட்டான்.

கட்டிலிலிருந்து மெல்ல எழுந்து தலையணைக்கு அடியில் வைத்திருந்த கறுப்புப் பையை எடுத்து அவனிடம் கொடுத்தாள் ஆச்சி. பையை வாங்கிவிட்டு ஆச்சியைப் பார்த்துக் கொண்டே நின்றான். அவளும் அவனைப் பார்த்துக் கொண்டே இருந்தாள்.

"நல்லா இருக்கீங்களா ஆச்சி?"

"ஏ காமாச்சி!... மதுர மீனாச்சி..! இவனுக்கு இன்னிக்கித்தான் கேக்க புத்தி குடுத்தியளா!" தலையை நிமிர்த்தி ஓடுகளைப் பார்த்து வணங்கினாள் ஆச்சி.

"வேலை ஆச்சி அதான் இந்தப் பக்கம் வரவே முடியல!"

"ஒன் ஆத்தாக்காரி நல்லாருக்காளா?"

"எல்லாம் நல்லாருக்கு. அப்றம் ஒங்கள்ட ஒரு சேதி விசாரிக்கனும்."

"அதான பாத்தன். ஒன் குடுமி ஏன் சிலுக்குதுன்னு!"

"அதெல்லாம் ஒன்னுமில்ல ஆச்சி. நம்ம மடத்துல நேமி கெடக்கான்ல. அவன் கதை எதாச்சும் தெர்மா?"

"அவனுக்கு இருக்குடா ஓராயிரங்கத."

"ஒங்களுக்குத் தெரிஞ்சத சொல்லுங்க."

"என் மாமியா கெளவி ஒரு மொற சொல்லுச்சு. அவன் பேரழகியா ஒரு பொஞ்சாதியக் கொண்டாந்தானாம். நம்ம பயலுவோ எவனோ கொண்டு போய்ட்டானாம். அதுல புத்தி பெசகிட்டுன்னு சொல்லக் கேள்வி."

பையுடன் கடைக்குள் நுழைந்தான் மாது. "அந்தப் பையக் குடு நான் தஞ்சாவூருக்குப் போய்த்து வாரேன் ஒரு சின்ன வேல கெடக்கு" எனப் பையை வாங்கிக்கொண்டு கடையை விட்டு இறங்கினார் செட்டியார்.

"அய்யா இந்த நேமியப் பத்தி..." மாது மெல்ல இழுத்தான்.

"அவனைப் பத்தி என்ன?"

"அவனுக்கு என்னய்யா வயசிருக்கும்?"

சத்தமாகச் சிரித்தார் செட்டியார்.

"ஒங்கொப்பனுக்கு வந்த அதே சந்தேகம் ஒனக்கும் வந்துட்டா?" சிரிப்பைத் தொடர்ந்தார்.

"இல்லய்யா யாருக்கும் தெரியல அதான் கேட்டன்."

"அதான் நீயே சொல்லுறியே யாருக்கும் தெரியலன்னு."

"ஒங்களுக்கு எதாச்சும்?"

"நான் சிறு புள்ளையா இருந்த காலத்துலேந்தே அவன் இருக்கான். இப்புடியேத்தான் இருக்கான். அவன்லாம் அம்மண சாமியக் கும்புடுறவன். அவனை ரொம்ப தோண்டாத. புத்திக்கு நல்லதில்ல."

சைக்கிளில் உருண்டு மறைந்தார் செட்டியார். கோவிலுக்குள் சென்று பார்க்க வேண்டும் என்ற ஆவல் மாதுவிற்குக் கூடியது. கோவிலின் முன் மண்டபம் வரை போயிருக்கிறான். ஆனால் அது தாண்டி வேறு யாவருக்கும் அனுமதி இல்லை. அப்பகுதியிலேயே ஒரு ஐந்தாறு குடும்பங்கள் மட்டுமே உள்ளே செல்லலாம். கோவிலுக்குள்ளிருந்து ஒரு உன்னத மணம் விழாக்காலத்தில் தெருவெங்கும் மணக்கும். கோடையிலும் கோவிலின் மதிலையொட்டிச் செல்கையில் ஆழ்மனம் குளிர்வதாய் உணரும்.

கோவிலின் உறவுக் குடும்பங்களுக்கும் நேமியைப் பற்றி அவ்வளவாகத் தெரியவில்லை. நேமி கோவிலுக்கு அருகில் கூட செல்ல மாட்டான். அவனுண்டு அந்த மடமுண்டு என கால்களை உயரமாய் வைத்துக் கொண்டு தூங்குவான். அவன் திண்ணையில் படுத்திருக்கையில் வீதியில் போவோர் வருவோர் சில்லறைகளைத் தூக்கிப் போட்டுச் செல்வர். அதை முடிந்து மூட்டைகளாய் வைத்திருக்கிறான். அவனைத் தூங்கும்போது பார்த்திருக்கின்றனர். ஆண்டிற்கொரு முறை தெப்பக்குளத்தில் பார்த்திருக்கின்றனர். ஆனால் அவன் உணவு உண்டு யாருமே பார்த்ததில்லை.

தலைமுடி மணி மணியாய் உருட்டிக் கொண்டு அவன் மார்வரை தவழும். முகம் முழுக்க மயிர்தான். கீழே கவிழ்ந்த நிலையிலேயே ஒரு பார்வை ஊர் முழுக்க அத்துபடி. உடலெல்லாம் சாம்பல் நிறத்தில் எதையோ பூசிக்கொண்டு அலைவது போல் இருக்கும். நேமி எழுந்து நின்றால் மாளிகையின் முன்கூரை தலையில் தட்டும். ஏழடிக்கு சற்று குறைவு என்பது போலான உயரத்தில்

மூட்டைகள் ஆட வீதியெங்கும் நடப்பான். அவன் குரல் அவனே கேட்டிராத ஒன்று.

தெப்பக்குள வீதியில் சிவன் கோவில் பக்கமாக நேமி போவதைக் கடைக்குள்ளிருந்தவாறே மாது கண்டுவிட்டான். தெருமுனை தாண்டி திரும்பும் வரைக் காத்திருந்து மாளிகை பக்கமாய் சைக்கிளை எடுத்துக் கொண்டு பறந்தான் மாது. சைக்கிள் கேரியரில் பூந்துடைப்பம் ஒன்றை வைத்திருந்தான்.

மதிய வேளை. ஆள் நடமாட்டம் ஏதுமற்ற அகாலம் அது. பூந்துடைப்பத்தைக் கொண்டு வலது பக்க திண்ணையைக் கூட்டித் தள்ளினான். வெளவால்களின் சாம்ராஜ்ஜியமே வீதிக்குச் சென்றது. இப்போது திண்ணையில் ஓவியங்கள் கறுப்பு கறுப்பாய் அப்பிக் கிடந்தன. ஒவ்வொன்றாய்க் கூர்ந்து ஆய்ந்தான்.

அழகிய வேலைப்பாடுகளுடனான பல்லக்குகள். சிறியது பெரியது எனக் கொடியேந்திய தேர்கள். அத்தனை கொடியிலும் சுவசுத்திகா சின்னம். பட்டத்து யானைகள் வில்லேந்திய குதிரைகள் என ஏதோ ஒரு நூற்றாண்டின் காலம் திண்ணை முழுக்க படுத்திருந்தது.

இடது பக்க திண்ணைக்குச் சென்று ஓரடிக்குப் பூந்துடைப்பத்தால் ஒரு தள்ளு தள்ளினான். முக்காடிட்ட பெண்ணொருத்தி பக்கவாட்டில் நேரெதிர் எனப் பல்வேறு கோணங்களில் ஐந்தாறு சிறு ஓவியங்களாய் முகத்தை மறைத்திருந்தாள். அடுத்து ஓரடிக்கு வெளவால் புழுக்கைகளை வீதிக்குத் தள்ளினான். முக்காடிட்டவளின் முழு பின்னழகு. தலையில் முக்காட்டுடன் தீப்பந்தம் ஒன்றைக் கையிலேந்தி உயரமான ஏதோ ஒன்றிற்கு நெருப்பு மூட்டுகிறாள்.

உள்ளுக்குள் ஏதோ துணுக்குற்றவன் போல வீதியின் வாயிலை ஒரு முறை எட்டிப்பார்த்தான். நேமியின் மீது மாதுவிற்கு உச்சபட்ச அச்சம் இருந்தது. அவன் கைகளின் வலுவை ஒரே ஒரு முறை தொட்டுப்பார்த்தவன் என்ற வகையில் உயிர்பயம் இருந்தது. வீதியில் யாருமில்லை. மொத்த திண்ணையையும் சுத்தமாக்கினான். கறுப்புத் தடாகமாய்த் வெய்யிலின் சாரலில் திண்ணைக் கானலாய் ஜொலித்தது. தாவிச்சென்று மூன்றாவது அடியில் அமர்ந்தான்.

பெண்கள் சூழ கைவளைக் குலுங்க முக்காட்டைச் சரி செய்து கொண்டே கோவிலுக்குள் நுழைந்தாள் புதுப்பெண். ஆண்கள் யாருக்கும் உடன் செல்ல அனுமதி இல்லை. கொப்பறைக்கு முன் புதுப்பெண் மட்டும் நிற்க வேண்டும். தீப்பந்தத்தைத் தூக்கிக் கொப்பறைக்குள் சுடரை நுழைத்தாள். கொப்பறைக்குள் நுழைந்த கொள்ளியின் வாய் திடீரென வீசிய இரவுக் காற்றால் அவளின் முக்காட்டில் தீயைத் துப்பியது.

இறகென இழைக்கப்பட்ட அத்துணி கடகடவெனத் தீயைத் தின்றது. உடனிருந்த பெண்கள் ஓடும் முன்னே முழு உடலையும் தீ சூழ்ந்தது. ஐந்தடியில் ஒரு கொப்பறையும் ஐந்தடிக்கும் குறைவாய் ஒரு கொப்பறையும் தக தகவெனத் தீப்பற்றி மேலெழும்பின.

இரண்டு கொப்பறைகளும் ஓவியங்களாய் மாளிகையின் திண்ணையில் அணைந்து கிடந்தன. முக்காடிட்டவளின் முழுமுகமும் எங்குமே இல்லை. ஒரு மணி நேரமாக ஒவ்வொரு வரியாய்ப் புரட்டியும் மாதுவிற்கு அவளின் தரிசனம் கிட்டவே இல்லை. பிரகாரத்தின் தலையில் முழு நிலவொன்று கொப்பறைகளைப் பார்த்துக் கொண்டிருந்தது.

அன்றிரவெல்லாம் மாதுவிற்குக் காய்ச்சல். லீலாவிற்கு என்னென்னவோ தோன்ற ஆரம்பித்துவிட்டது.

தனம் வந்து அறையை எட்டிப் பார்த்தாள். லீலா வெளியேறி மாதுவையும் தனத்தையும் தனியே விட்டாள்.

அவனருகில் அமர்ந்து அவன் மார்பில் உள்ளங்கைகளை வைத்து அழுத்தினாள். கண்கள் திறவாது அவள் கைகளைப் பற்றிக் கொண்டு அயர்ந்தான்.

ஒருவார காலம் வீட்டை விட்டு வெளியேறாமல் இருந்தான் மாது. உடல் சற்று சீரானதும் சைக்கிளை இறக்கிக் கீழே வைத்தான். மணி இரவு ஒன்பது எனக் காட்டியது. அப்படியே படியில் உட்கார்ந்தான். கண்களால் தெருவை அளந்து பார்த்தான். ஐந்தாம் முறை அளக்க தலையை உயர்த்திய போது தெருவின் வாயிலில் உயரமான அவ்வுருவம் தன் புறக்கோட்டில் மட்டும் ஒளிர்ந்துகொண்டு நின்றது. வரப்போகிறாயா இல்லையா எனக் கேட்பது போல அசுர சாடையில் நின்றது. நேமியே தான்.

சைக்கிளைக் கூட எடுக்காமல் மாளிகை நோக்கி ஓடினான் மாது.

தேரைத் தாண்டி அடி வைத்த போது மாளிகையின் வாயிலில் நின்று வானம் பார்த்து அலறினான் நேமி. வைத்த காலை எடுத்துக் கொண்டு தேரை ஒட்டி நின்றான் மாது. கோவிலின் கோபுரத்தைப் பார்த்தும் பின் அதற்கு நேரெதிராய்த் திரும்பியும் மாறி மாறி நடந்து கொண்டிருந்தான் நேமி. தேரை ஒட்டி உட்கார்ந்து விட்டான் மாது. பனி விழும் இரவு அது. மாதுவிற்கு மெல்ல உடல் உதறியது. மாளிகை கதவின் க்ரீச் ஒலி கேட்டது.

மாது நிமிர்ந்து கொண்டான். நேமி நடையை நிறுத்தினான். ஒளி வளரத் துவங்கியது. தூணில் சரிந்து ஒளியை வழிபடுவது போல மண்டியிட்டான் நேமி. மாது எழுந்து வேகமாய் நடந்தான். கதவின் அருகே முழுவதுமாய் வந்து விட்டான் மாது. இம்முறை நேமி அவனைத் தடுக்கவில்லை. மருதாணியிட்ட கையொன்று அகல்தீபமொன்றை நீட்டியது. கதவிற்கு வெளியே முக்காடிட்ட பெண்ணொருத்தியின் இடுப்பு வரையிலான வலது பாகம் மட்டும் இரவை விரட்டியது. முகம் முழுவதுமாய் மறைந்திருந்தது. குரல்வளையின் மஞ்சள் நிறமும் அதன் கூர்மையும் மாதுவைப் பல நூற்றாண்டுக்குப் பின்னால் தூக்கிப் போட்டது. வனப்பேறிய வலது மார்பு திறக்கப்படாத இடது கதவில் முட்டி விறைத்திருந்தது.

அவள் கையில் இருந்த அகல்விளக்கை வாங்க நேமி கையேந்தினான். அதைப்பார்த்த மாதுவும் நேமி போலவே மண்டியிட்டுக் கையேந்தினான். ஒளி பொருந்திய அவ்விளக்கை நீட்டிக் கொண்டு அந்த அழகுக்கை அப்படியே இருந்தது. யார் கைக்கும் மாற்றப்படாத அவ்விளக்கை மாது எடுக்க முயன்றான். மாது எடுத்ததும் விளக்கு அணைந்தது. திரும்ப அந்தக் கையிலேயே விளக்கை வைத்தான். நேமி கண்ணீர் வடித்துக் கொண்டே இருந்தானே தவிர விளக்கைத் தொடவில்லை. ஏற்கனவே பல முறை முயன்றவன் போல நேமி முயற்சிக்கவே இல்லை. ஆனால் கைகளை நீட்டிக் கொண்டிருந்தான்.

நேமியின் வேதனை மாதுவைக் கிழித்துக் கொண்டிருந்தது. முகம் தெரியுமா என எட்டி எட்டிப் பார்த்தான். சிலையாய் இருந்தது முக்காடு. அவள் கைகளிலிருந்து விளக்கை எடுத்தான் மாது. மறுபடியும் விளக்கு அணைந்தது. அணைந்த விளக்கை

நீட்டிக்கொண்டிருந்த நேமியின் கைகளில் வைத்தான். விளக்கு உயிருடன் வந்தது. நேமியின் கண்கள் அகலமாய் விரிந்தது. நூற்றாண்டுகளாய்ப் பிழைக்காத ஒளி உயிருடன் ஒளிர்வதைக் கண் துவளாமல் பார்த்தான். மாதுவின் கைகளில் உயிரை விடுவதும் நேமியின் கைகளில் உயிரைப் பெறுவதுமாக அகல்விளக்கு செத்துப் பிழைத்துக் கொண்டிருந்தது.

நேமியின் கைக்கு நேரடியாய் மாறமுடியா அவ்வொளி மாதுவின் கைகளுக்காய்ப் பல நூறாண்டுகளாய்ப் பூட்டுக்குள் உறைந்திருக்கிறது.

நேமியின் கைகளில் சுடர்விட்ட அவ்வொளியில் கதவிற்குப் பின்னால் இருள் வளர்ந்தது. முக்காடு மெல்ல ஒளி குறைத்தது. கதவுகள் ஒன்றையொன்று நெருங்கிக் கொண்டிருந்தது. மாளிகையில் இருள் முடிபோட்டது போல் தூணில் மாதுவைக் கட்டியிருந்தது. அகல்விளக்கின் ஒளியில் நேமி கரித்துண்டு கொண்டு எதையோ வரையத் துவங்கினான். உடலின் இரத்தம் சொட்டு கூட மிச்சமில்லாதது போல் வறண்டு சரிந்தான் மாது.

இரவை உறித்துக் கொண்டு பொழுது கவிந்தது. கருக்கல் பொட்டு பொட்டாய்ப் பனிச்சாரலில் கரைந்து கொண்டிருக்க கண்விழித்தான் மாது. மாளிகையின் கதவுகளில் அந்தப் பெரிய பூட்டு அசைவின்றிக் கட்டப்பட்டிருந்தது. அவனுக்கு நேர் திண்ணையில் நேமி இல்லை. எழுந்து திரும்பி கோவிலைக் கண்டான். கோவிலின் வாசலில் அதன் கதவுகளை வெறித்தவனாய் நேமி நின்று கொண்டிருந்தான். கோவில் பூட்டப்பட்டிருந்தது.

நேமி வரைந்து கொண்டிருந்த இடத்தில் புது கறுப்புத் திட்டு அப்பியிருந்தது. ஓடிச்சென்று அதைக் கண்டான். முக்காட்டை நீக்கிய பெண்ணொருத்தியின் முகம். அவளின் முகத்தில் அகல்விளக்கு கவிழ்ந்திருந்தது. எண்ணெயொழுக பேரழகி ஒருவளின் முகம் கலங்கலாய்த் தெரிந்தது. பெரிய மூக்குத்தியும் வில்லான புருவங்களும் பெருங்காமச் சிலையொன்றைக் காட்டியது.

தன் நெஞ்சில் மூன்று முறைத் தட்டிக் கொண்டான் மாது. ஓவியத்தின் மேல் ஊறியிருந்த எண்ணெயை மெல்ல ஒதுக்கப் பார்த்தான். முகத்தின் முக்கியப் பாகங்கள் எல்லாமே எண்ணெயுடன் கலந்தது. ஓவியம் இப்போது எதையும் காட்டுவதாய் இல்லை.

கையில் பிசுந்த கரியுடன் நேமியைப் பார்த்தான். நேமி இப்போது அங்கில்லை. கோவிலின் முன் நின்று கொண்டிருந்த நேமி இப்போது கோவிலின் முன் இல்லை. தேரை ஒட்டி யாரோ நிற்பது தெரிந்தது. தனம் நின்று கொண்டிருந்தாள். தனத்தை மாதுவிற்கு அடையாளம் தெரியவில்லை.

ஓவியத்தை வழித்து விளக்கிற்குள் புகுத்தினான். தீயே பொருத்தாமல் தீபம் ஒன்றை ஏந்திக் கொண்டான். கதவருகே அமர்ந்து இல்லாத ஒளியில் அவளைத் தேடினான். காதுகளைக் கொண்டும் துலாவினான். நுணுங்கிக் கிடந்த கரித்துண்டில் நினைவில் இருக்கும் அவள் முகத்தை வரையத் துவங்கினான். நேமியின் திண்ணையில் மாதுவின் நிர்வாணம் உலரத் துவங்கியது.

நேமியை அதன் பிறகு யாருமே பார்க்கவில்லை. கோவிலுக்குள் இருந்த மல்லிநாதர் சிலை இப்போதெல்லாம் உயரமாய்த் தெரிவதாய் மக்கள் பேசிக்கொண்டனர்.

❑

ஓங்குபனை

இதுவரை யாருமே நடந்திடாத அன்றைய நாளுக்கான புதுப்புழுதியுடன் சுருளிலிருந்து விடுபட்ட பந்திப்பாய் போல விரிக்கப்பட்டிருந்தது அந்தக் குறுஞ்சாலை. பக்கவாட்டிற்குப் பனைமரங்களையும், தலைமாட்டிற்கோர் ஆலமரமுமாய்க் கிளை பாதைகளைப் பரப்பிக் கொண்டு கிழ்த்திசையிலிருந்து இன்னும் கிளம்பாத சூரியனுக்காய் ஆகாசம் பார்த்துச் சீழ்க்கை அடித்தது.

ஏதோ அந்த ஊரை விட்டால் ஓங்கி நிற்க மண்ணே இல்லாதவாறு, கணக்கிற்குள் கட்டுப்படாமல், அடுத்தடுத்தாய் நின்று மொத்த ஊரையும் சிங்காரித்தன பனைமரங்கள். யாருடைய உதவியுமின்றி ஓங்கி வளர்வது பனைமரம். அதன் மிகுதியால் வந்ததோ அல்லது ஊர் மக்களின் தகுதியால் வந்ததோ தெரியாது. அவ்வூரின் பெயர் பனையூர்.

பனையூருக்குத் தலை, கால் எல்லாமே மலைவாசன் தான். அவர் நின்றால் மொத்த ஊரும் நிற்கும். அவர் உட்கார்ந்தாலும் மொத்த ஊரும் நிற்கும். காதுகுத்து கருமாதி என எல்லாவற்றிற்கும் அவரின் தலைமைதான். வயது ஐம்பதைத் தொட்டாலும் வாளிப்பான வாகுக்கட்டு. கூட்டத்தில் அவரைப் பார்ப்பதற்கென்றே பெண்கள் கூட்டம் தன் கணவன்மார்களை ஒட்டிக்கொண்டே வரும். "மொதொ மந்திரி காமராசர் இவரு ஒசரம்

இருப்பாரு” என ஒப்புமை காட்டுவார்கள் டீக்கடை தினப்பத்திரிக்கை பேச்சாளர்கள்.

நாட்டு நடப்பைப் பற்றிய விவாதம் செல்லும் எந்தவொரு இடத்திலும் அவர் இருப்பதில்லை. ஆனால் கதர் பார்ட்டி பற்றிய முந்தைய நாள் வரையிலான தகவல் அவர் வசம் இருக்கும். “கூட்டத்துல மரியாதை கிடைக்குதுன்னு நின்னு சாவுகாசமா பேச்சு கொடுக்க மாட்டாரு. வந்தோமா முடிச்சோமான்னு துண்டைத் தோள்ல போட்டுட்டு ப்ளசர் கார்ல ஏறி போய்ட்டே இருப்பாரு,” என்பது ஊர்க்காரன் ஒருவனின் கருத்து.

“எந்த நாட்டுக்கு ராசான்னாலும் கட்டி ஆள வாரிசு இல்ல பாரு!”

அந்தக் காதுகுத்து வீட்டில் கூடிவிட்ட பெண்டுகளோட பேச்சு அவருக்கு ஒரு வாரிசு இல்லன்னுதான்.

“எவடி அவ வாரிசு இல்லன்னு அளக்கறவ, அதான் ரெண்டு பொம்பள புள்ளைக இருக்குல்ல!” கூட்டத்துல மூளை தெளிஞ்சவ ஒருத்தி சரியாகக் கேட்டாள்.

“அடியே வதங்குன சிறுக்கி! பொட்டைக்கு ஏதுடி ஆள்ற கொடுப்பினை, வாரிசுன்னா கொடுக்குறவன் தான் வாங்குறவளுக இல்ல” கூட்டத்தின் அப்போதைய தலைவி உரக்கச் சொன்னாள்.

வேண்டுமென்றே நல்லாள் காதில் விழ வேண்டும் என்றே சொல்லியிருக்க வேண்டும் அவள்.

மலைவாசனின் சீக்காளி பொஞ்சாதி நல்லாள். “கருவைக் கலைச்சே சீக்கேறி போய்ட்டா நல்லாள்” என்றும் ஊரில் பேச்சுண்டு.

மூத்த மகளைப் போன வருசந்தான் புத்தகரத்துல கட்டிக் கொடுத்தாங்க. இளையவள் ஊட்டோட இருந்தா.

தாம் புருசனுக்கு ஒரு ஆம்பள புள்ளய பெத்துக் கொடுக்க முடியலையேன்னு வவுத்த தடவித் தடவி வெந்து மடிவாள் நல்லாள். எப்படியாச்சும் ஆம்பள புள்ளக்கி வழி பண்ணிடலாம்னு ஆறு வருசம் முன்னடி வரை மெனக்கெட்டாள். அவ வாட்டத்துக்கு வைத்திச்சி ஒருத்தி இருக்கா. கை உட்டே என்னா புள்ளைன்னு கணிப்பா. அந்தக் கணிப்பு, அவளுக்குத்தான் வெளிச்சம். இதுவரைக்கும் நாலு தடவைக்கும் மேல வவுத்த

கழுவியாச்சு. வைத்திச்சி கருவைக் கலைக்கிறதுல பேர் போனவ. குச்சி வச்சே கருவை உருவிடுவா.

அந்தச் சகவாசத்தில் நல்லாள் தன் உடலைத் தானே சீக்கிற்குள் புதைத்து வைத்திருந்தாள்.

மலைவாசன் பொஞ்சாதி கிறுக்கன்.

சீக்குப்பொஞ்சாதியைத் தள்ளி வைத்ததே இல்லை. சீக்கும் அவளைத் தள்ளி வைக்கவில்லை. "எத்தனைக் கூத்தியா வேணாலும் வச்சிக்கலாம் யாரு கேட்பா!" ஆனாலும் மனுசன் நல்லாள் கையாலத்தான் சோறு புசிப்பார். தான் எந்த விசேசத்துக்குப் போனாலும் அவளை வலுக்கட்டாயமா அழைத்துப் போவார். உடல் நலம் ஒத்துழைக்காத நாட்களில் மட்டுமே அவளின்றி பயணப்படுவார்.

"புண்ணியவதி உம்புருசன் மாதிரி ஆம்பளை கிடைக்க, போன சென்மத்துல மஞ்சக் கொத்தா பொறந்திருப்ப போல"ன்னு ஊர்க்காரிகள் நல்லாளைப் பார்த்து உச்சுக்கொட்டிக் கொள்வது நல்லாளுக்குப் பூரிப்பாய்த்தான் இருந்தது.

மலைவாசன் ஒரே ஆண் பிள்ளை. மலைவாசனைப் பெத்தெடுக்க அவன் ஆத்தாக்காரியை அஞ்சாந்தாரமா கட்டி வச்ச கதையெல்லாம் கேட்டு வளந்தவதான் நல்லாள். மலைவாசனுக்குத் தூரத்து வகையில அத்தை மவ நல்லாள். எப்படியும் ஒரு ஆண் பிள்ளையைப் பெத்து தள்ளிடனும்னு போராடியபடிதான் கிடந்தாள். மலைவாசன் அது பற்றிய பேச்சுக்கே காது கொடுப்பதில்லை. அவர் குரலெடுத்தாலும் எப்பேற்பட்ட பெரிய வழக்கையும் இரண்டே வரிக்குள் முடித்துக் கொள்வார்.

மூத்த மகளைக் கட்டிக் கொடுப்பதற்கு ஒரு மாதம் முன்பு வரை நல்லாள், மலைவாசனைக் குடைந்து கொண்டே இருந்தாள். "ஊருக்குள்ள இடுப்பு வேட்டி நிக்கா பயல்லாம் உங்களைக் கேலி பேசுறான், உங்க காதுக்கு வருதா இல்லையா?"

"என் காதுக்கு வராம அவனுக பேசுறானுக. உன் காதுக்கு வரனும்னு இந்தப் பொட்டச்சிக ஓதுறாளுக. அவன் அவன் வாங்குன வரத்துக்குத்தான் வாழ முடியும். சேத்துல புரண்டாலும் ஈரந்தான் முடிவு பண்ணும் எவ்வளவு ஒட்டனும்னு. யாருடி

இவ சவசவன்னு. சோத்தை கொண்டாந்து வை. சின்ன வெங்காயத்தைச் சோத்துக்குள்ளயே போட்டுக் கொண்டா.”

“பொண்ணைக் கட்டிக்கொடுத்த மூனாம் மாசமே நல்லாளின் பொம்பள சம்மந்தி வாயைப் பொளந்துட்டா. கல்யாணத்துக்குள்ளயே தாங்காதுன்னு நினைச்ச உசுரு அது. இழுத்துப் புடிச்சு மூனு மாசம் ஓடியாந்துட்டு. காலைல டீ தண்ணி வைக்கும்போதுதான் பார்த்துருக்காங்க எறும்பு அதுக்குள்ள மொய்ச்சிட்டுதாம்.”

சம்மந்திபுற துக்கம். ஊரையே வண்டி கட்டி இழுத்துவிட்டார் மலைவாசன். பொம்பளக் கூட்டமும் ஆம்பளக் கூட்டமும் ஒன்னுக்கொன்னு சளைச்சதில்லன்னு மொத்த ஊரையும் இருட்டுல போட்டுட்டு விளக்கேத்த ரெண்டொரு ஊட்ல மட்டும் முடத்துப்போன கிழவிகளைப் போட்டுட்டு துக்கங்கொடுக்க சீவுன கொண்டையும், சிலுக்குச் சட்டையுமாக இந்த ஊர் அந்த ஊரில் இருந்தது.

கல்யாணம்னாலும் பந்தல், சாவுன்னாலும் பந்தல். வாழை மரமும் தென்னை ஓலையுந்தான் சாங்கியத்தை முடிவு செய்கிறது. ஆம்பள சம்மந்தியும், மூத்த மவ மாப்பிள்ளையும், அவுக பங்காளி முறைகளும் பந்தலுக்குள்ள வரிசையா நின்னாங்க. மலைவாசன் தாரை, தப்பட்டை வேட்டுச்சத்தம், சனக்கூட்டம்னு கித்தாப்பா பந்தலுக்குள்ள நுழைஞ்சாரு. ஆளுயர மாலையை மலைவாசனுக்குப் பின்னால முருகேசு அவன் தலைக்கு மேல தூக்கிப்பிடிச்சிருந்தான். வரிசையா நின்னவங்க ரெண்டு கையையும் விரிச்சாப்ல நீட்ட, அவங்க உள்ளங்கைல மலைவாசனோட உள்ளங்கைகள் பொருந்துற மாதிரி கவுத்து கவுத்து எடுத்தாரு. வரிசையா நின்ன பத்து பேருக்கும் இதே மாதிரி கையைக் கொடுத்தாரு. இதுதான் ஆம்பளை துக்கம் கொடுக்குற முறை அங்க.

பொம்பளக்கூட்டம் அரிசி, நெல்லு, இளநீர், ஊதுபத்தின்னு பந்தலைப் படகலக்கியது. மலைவாசனோட மூத்த மொவளைக் கட்டி மொத்த ஊரும் அழுதா அவ எப்படி தாங்குவா? அவளும் தாங்கல பந்தலும் தாங்கல. முருகேசன் சத்தம் போட்டு பாதி பொம்பள சனத்தை மாட்டு கொட்டகை பக்கம் அனுப்பி இருந்தான். அந்தப்பக்கம் போனதும் ஒப்பாரியும் வைக்கல துக்கமும் தாக்கல. இடுப்புல முடிந்து வந்திருந்த வெத்தல

சீவ மூட்டையப் பிரிச்சி வாயிலிட்டுக் கொதக்கி ஒவ்வொரு குடும்பத்தையா மென்றது.

சின்னவ சுலோட்சனா நல்லாள் பக்கத்துல அமைதியா உட்கார்ந்துட்டா. அவளுக்கு அழுகையே வரலங்குற குற்ற உணர்ச்சி. நம்ம அழுவாததை யாராச்சும் பார்த்திருப்பாங்களோ! அவ்ளோ கத்தியும் ஒரு சொட்டு தண்ணி கண்ணுல வரலையே! குனிஞ்சாப்ல முகத்தை ஒளிச்சு எச்சைத் தொட்டு கண்ணுக்குக் கீழ கோடா இறக்கி விட்டாள். அப்பத்தான் அவள் சகசமா அழுதாள். இதை யாரும் கவனிச்சிருக்கக் கூடாது மாரியாத்தான்னு உள்ளுக்குள்ள வேண்டிக்கிட்டுக் கெடந்தாள்.

நல்ல தெனவெடுத்த சாரைப்பாம்பு ஒன்னு சப்பனமிட்டிருந்த அவள் மடிக்குள் தொப்பென விழுந்தது போல திடுக்கென திடுக்கிட்டாள் சுலோ.

அந்த சாரைப்பாம்பிற்கு விரல்கள் இருந்தன. நல்ல உருண்டையான விரல்கள். கண்ணாடி வளையல்களுடன் கிடந்த அந்தப் பாம்பைப் பார்த்துக் கொண்டிருந்த கணம்,

"என்னடி சுலோ பயந்துட்டியா?"

அந்த சாரைப்பாம்பு சம்புவின் இடக்கை.

கை முளைப்பின் மூலத்தை நிமிர்ந்து பார்த்தாள் சுலோ.

"அடியே! சம்பு. நீயாடி, பயந்துட்டேன் டி. இப்படியா கையைப் பொந்துக்குள்ள உடுவ?"

என்று சுலோ கேட்டதும் இருவரும் சத்தம்போட்டு கெக்க பெக்க என்று சிரித்து விட்டனர்.

பந்தலின் மொத்தப்பார்வையும் அவர்கள் மேல் விழுந்தது. பிணத்திற்குக் கேட்டிருக்க வாய்ப்பில்லை கேட்டிருந்தால், "எந்த ஊரு சிறுக்கி இப்படி சிரிச்சா குலுக்கி" என்று ஆய்ந்திருக்கும்.

மலைவாசன் சுலோவை விழுங்கி விடுவது போல் முறைத்தார். இதற்கு மேல் அங்கே இருப்பது சூழலை மேலும் சிடுக்காக்கும் என்று சுலோ முதலில் எழுந்தாள். கைகொடுத்துச் சம்புவையும் நெம்பினாள். அடர் நீல பாவாடையும் மாம்பழ மஞ்சள் சட்டையுமாகச் சுலோவை விட ஒரு சாண் ஒசரத்தில் சம்பு எழுந்து அவ்விடம் விட்டு நகர்ந்தாள். தாவணி போட்டிருந்தால் அந்த

எடுப்பான கொழுந்து தனங்கள் மறைந்திருக்கும். அழுத்தியிருந்த மாம்பழ சட்டைக்கு அவ்வளவாக அவை பணியவில்லை.

அந்த ஊரில்தான் சுலோவின் பெரியம்மாவையும் கொடுத்தது. பெரியம்மா வீட்டிற்கு வரும்போதெல்லாம் சுலோவுக்குக் கூட்டு சம்புதான். சம்புவைப் பார்ப்பதற்காகவே பெரியம்மா வீடு வருவாள் சுலோ. தன்னுடைய பழைய ஆடைகள் எல்லாம் சம்புவுக்கு என்று எடுத்துக்கொண்டு வருவாள். ஆனால் இனி அப்படி கொடுக்க முடியாது. சுலோவை விட சம்பு பெரியவளாகத் தெரிந்தாள்.

சம்புவின் வீட்டில் வரிசையாக ஏழு பொட்டை புள்ளைகள். சம்பு ஐந்தாம் இடம். நாலு பொண்ணுகளை நான் நீன்னு போட்டி போட்டு கட்டிட்டுப் போய்ட்டானுக. பதிமூனு வயசு தாண்டி ஒரு பொண்ணு கூட ஊட்ல இல்லை. மூனாவது பொண்ணு சடங்காவுறதுக்கு முன்னாடியே கச்சி பண்ணி கட்டிட்டுப் போய்ட்டாரு புலவஞ்சி மைனரு. அங்க போய்தான் சடங்கானாள். அவளுக்கு இப்ப ரெண்டு ஆம்பள புள்ளைக. சம்பு ஊட்டு பொண்ணுக எல்லாம் விக்ரகம் மாதிரியான கட்டுடையவர்கள். குடும்ப விருத்தி பசுக்கள். கட்டிட்டுப் போன பத்தாம் மாசத்துல தேதி குறிச்சா மாதிரியே புள்ளய பெத்து போடுவாளுக. அம்புட்டும் ஆம்பளப் புள்ளதான். சம்பு ஊடு பொட்டைச்சிக கூடாரம்னாலும் உருவி போட்டது அத்தனையும் காளைக் கன்னு.

இதை வெள்ளாவரியா சுலோவின் பெரியம்மா, வைத்தியச்சி களவாணிகிட்ட சொல்லிட்டு இருந்தாள். வைத்தியச்சி பேரு என்னவோ கலைவாணிதான். ஆனால் அவளை ஊரே களவாணின்னுதான் கூப்டும்.

ரெண்டு வெத்தலையை ஒத்தாப்ல மடிச்சி வாய்க்குள்ள சொருகிக் கொண்டே சுலோவோட குலுங்கிக் குலுங்கிச் சிரித்துக் கொண்டிருந்த சம்புவின் உடற்கட்டை ஆராய்ந்து சேமித்தாள் களவாணி.

சுடுகாட்டாங்கரைக்குப் போய்ட்டு ஆம்பளக்கூட்டம் திரும்பிருச்சு. நல்லாளும் சுலோவும் தங்கி விட்டார்கள். ஊர் மக்களையெல்லாம் சொந்த ஊர் கொண்டுபோய்ச் சேர்க்க வேண்டிய பொறுப்பில் மலைவாசன் புறப்பட்டார். பத்தாம் நாள் சடங்கு முடிஞ்சி வருவதாகவும், மலைவாசனுக்கு

வேளா வேளைக்குப் பொங்கி போடவும் களவாணியிடம் சொல்லியிருந்தாள் நல்லாள்.

அந்தப் பத்து நாட்களும் சுலோவுக்கும் சம்புவுக்கும் ஊடளந்த திருவிழாதான். கல்லாங்காய், நொண்டி புடிச்சு, பச்சைக்குதிரை, ஆத்தாங்கரை, மாமரம்னு உறங்கவே இல்லை அவர்களின் உற்சாகம்.

"ஏட்டி சம்பு! ஒரு எடமா நிக்குதியா? பாவாடையை முழங்காலுக்கு மேல ஏத்திக்கிட்டு தடியாட்டம் போட்ற! அப்பன் உசுரோட இருந்திருந்தா வாருக்குச்சி வச்சி வரி வரியா இழுத்துருப்பான். அவனும் இல்லை. அண்ணனோ தம்பியோ இருந்திருந்தாலும் அடக்கி வச்சிருப்பானுக அதுக்கும் வழியில்லை. இப்டியே தலுக்கி குலுக்கி ஓடிட்டே இரு எவனோ வந்து பொண்ணு கேக்கப்போறான். மொத்தமா அவிஞ்சி மூலையில உட்காரப் போற" தொட்டி நீரில் பிண்ணாக்கு கரைத்துக்கொண்டிருந்த சம்புவின் அம்மா அவள் ஆதங்கம் அனைத்தையும் சேர்த்தே கரைத்தாள்.

பத்தாம் நாள் சுலோ அவள் ஊருக்கு வண்டியேறி விட்டாள். அடுத்தடுத்து கருமாதி, ஆக்கி விடுதல், முப்பது படையல் என எல்லாம் முடிந்தது. சுலோ அதற்கெல்லாம் வந்து வந்து போய்க்கொண்டிருந்தாள். "இனி எப்ப பார்க்கப் போறோமோ" என்று முப்பது முடிந்து சுலோவும் சம்புவும் அழுது வைத்தார்கள்.

"நான் என்ன என் சந்தோசத்துக்கா இப்படி போராடுறேன் நம்ம வம்சம் தடைபட்டு போய்ட கூடாதுன்னுதான் இப்படி கிடந்து அடிச்சிக்குறேன்.

ஏ கருப்பா! ஏ வீரப்பா!

என் கதறலு உன் காதுல கேக்கலையா?

ஏ முனீஸ்வரா! உன் காலைக் கட்டி என் நீதியைப் பொதைச்சானுகளா!"

சீலை தலைப்பில் மூக்குத்தண்ணியை ஒரு பிழியாய் மூக்குடன் திருகி எடுத்தாள் நல்லாள்.

தனது அப்பா அம்மா படத்திற்கு முக்காலி ஒன்றில் ஏறி செம்பருத்தி பூக்களை அரசன் தலைக்கான குடை போல அன்னார்த்திச் செருகிக் கொண்டிருந்தார் மலைவாசன்.

“அண்ணே! ஊர்ல என்னா நடக்காததய்யா நாம செய்யப் போறோம். அண்ணியைப் பாரு அதுக்கு சீக்கே இந்த ஆண் வாரிசு கவலைதான். அடுப்ப விட்டு இறங்காத உலையா கொதிச்சிட்டு இருக்கு அதுவும் பல காலமா. அந்தக்குட்டி சூடிகையான குட்டி. டசன் டசனா பெத்து தள்ளுவா பாருண்ணே!” களவாணி நல்லாளுக்கு ஒத்து ஊதினாள்.

“நான் ஒரு பொம்பள புள்ள அதே வயசுல வச்சிருக்கேன்.”

அப்பா அம்மாவை மனமுருக வேண்டி திருநீரை நான்கு விரல்களில் ஒற்றி எடுத்து பட்டையாக நெற்றியில் தேய்த்தார் மலைவாசன்.

“உங்க மூனாவது அக்கா சடங்காயிருந்தப்பதான் உங்க ஆத்தாளைக் கட்டி கூட்டியாந்தாரு அப்புச்சி. உங்க சின்னக்கா சடங்கானப்ப நீரு பொறந்தீரு. பட்டு கெழவி வைக்காத கதையா அப்புச்சி லீலைகளுக்கு. ஒன்னும் தெரியாத மாதிரி இதுக்கெல்லாம் சால்சாப்பு சொல்லாதீங்கண்ணே! இல்ல உடம்புக்கு ஏதும் இழுபாடோ! சின்னக்குட்டிக்கு ஈடு கொடுக்க முடியுமான்னு அஞ்சுறீகளோ!”

களவாணி குரலைப் பொசுந்தினாற் போல் அமுக்கி முடித்தாள்.

“அடியே கோக்கு மாக்கு சிறுக்கி! யாரைப் பார்த்து என்னா வார்த்தைடி சொல்லிப்புட்ட என் புருசன் சூரன் டி, வரிசையா பத்து சிறுக்கி நின்னாலும் சோர்ந்து போவ மாட்டாருடி.”

எய்யா! கேட்டீரா! என்ன வார்த்தை சொல்லிப்புட்டான்னு. பத்து நாளா தவிச்சி நிக்குறேனே என் கட்டை வேக வழி செய்யப்படாதா!

நெஞ்சைப் பிடித்துக்கொண்டு வானம் பார்த்தபடியாய் நிலை சரிந்தாள் நல்லாள்.

“அய்யோ அண்ணி! உன் கதி இப்படியா ஆவனும். அடியேய் சுலோ தண்ணியைக் கொண்டாடி” களவாணி சீவனை விட்டு கத்தினாள். தண்ணீரை முகத்தில் அடித்து கன்னங்களை அழுத்தி உதடுகளைப் பிரித்துத் தண்ணீரை ஊற்றினாள் களவாணி. மெல்ல நினைவு திரும்பினாள் நல்லாள்.

“பொண்ணுக்கு மாப்ள கண்ட ஊருலையே தனக்கொரு பொஞ்சாதியைப் புடிச்சிடாருடா மலைவாசன்.” “வெவரமான

ஆளுய்யா. பாலிசான ஆளுங்கன்னாலே காரியத்துல வெளிச்சமா இருப்பாங்க, அவரும் புது மாப்ளை கணக்கா உடம்பை நல்லா முறுக்கேத்தித்தான் வச்சிருக்காரு. எவன் சொல்லுவான் அம்பது வயசுன்னு." கல்யாணப் பந்தலுக்குள்ளான இந்தப் பேச்சுக்களை மொண்டு கொண்டே அரசாணி பானைகளை அடுக்கிக் கொண்டிருந்தாள் சுலோ.

சுலோ இன்னும் சடங்காகவில்லை என்பது மட்டுமே அவளைக் குழந்தை என விட வைத்திருந்தது. அவள் குழந்தை அல்ல. சம்புவின் தோழி. அப்பாவின் மனைவியாக சம்புவை வைத்துப் பார்க்க எந்தச் சமாதானமும் அவளிடம் ஏற்படவில்லை. அப்பா எத்தனை கனம்! அவரை எப்படி சம்பு தாங்குவாள்! அப்பாவின் பக்கத்தில் ஆலமரம் பக்கத்திலான ரோசா செடி போல தெரியவே மாட்டாளே! ஆமாம் ஆலமரத்தின் நிழலில் வேறெதுவும் வளர வாய்ப்பில்லையே! அம்மாவிடம் என்னென்னவோ எடுத்துச் சொல்லியும் சுலோவின் பேச்சு எடுபடவில்லை. அந்தக் கூனிக்கெழவி மஞ்சக் குளிச்ச கதையைத்தான் இன்னும் எல்லாரும் பேசுறாங்க. சம்புவுக்கு 'காக்கும் கரங்கள்' படத்து சிவக்குமாரை ரொம்ப பிடிக்கும். என்கிட்ட அடிக்கடி சொல்வாளே! அப்பா எந்தக் கோணத்துலையும் அந்தச் சாயல்ல இல்லையே! சுலோ அங்கு வளர்க்கப்பட்டிருந்த திருமணத்தீயில் நின்று கொண்டிருந்தாள்.

சம்புவின் கண்கள் அழுது அழுது வீங்கியிருந்தன. அது மைவிட தோதாக அமைந்தது. வீங்கிய விழி எடுப்பாக இருந்தது அந்த மணப்பெண் அலங்காரத்திற்கு. "சுலோவுக்கு அப்பான்னா, எனக்கும் தானே அவர் அப்பா! நான் அப்பன்னுதானே அவரைக் கூப்பிடனும்! அவர்தான் உன் அத்தாங்குறாள் அம்மா. எனக்கு நாக்கு கூசுகிறது." பொஞ்சாதியின் கடமை என்னென்ன என்பதை கோமதி கெழவி ராவெல்லாம் ஓதி வைத்திருந்தாள். அதிலெல்லாம் தன்னையும் அவரையும் அவளால் பொருத்தவே முடியவில்லை. அவருக்கும் இதில் விருப்பமே இல்லை எனச் சுலோ சொல்லியிருந்தாள். ஊருக்கே வழக்காடும் மனுசனுக்கே பொண்டாட்டி சொல்லை மறுதலிக்க முடியல. இந்த நல்லாள் கெழவி என்னைச் சீரழிக்கத்தான் சீக்கு வாங்கியிருக்கா போல." இதையெல்லாம் மனதுக்குள் ஓட விட்டு முடிக்கும் போது சம்புவின் கழுத்திற்குக் கீழ் வயிறு வரைக்கும் தாலி தொங்கியது.

நல்லாளுக்கும் மலைவாசனுக்கும் கல்யாணம் நடந்த போது என்னென்ன சாங்கியங்களோ அதில் ஒன்று கூட விடுபடவில்லை. நல்லாள் அளவிற்கான சீர் செனத்திதான் சம்புவிற்கு இல்லை. அதற்கு வழி இருந்தால் சம்புக்கு ஏன் இந்த நிலை!

புருசனைப் புதுசா ஒருத்தியிடம் தூக்கிக் கொடுத்து விட்டோமே என்ற பதற்றம் துளி கூட நல்லாளுக்கு இல்லை. ராவுக்கு மட்டும் தான் புது பொண்டாட்டி, விடிஞ்சா நல்லாளோட ஆட்சியாத்தான் விடியும். இதுதான் நல்லாளின் கணக்கு.

சுலோவும் சம்புவும் பேசிக்கொள்ளாத வகையில் பார்த்துக் கொண்டாள் களவாணி. சுலோவை மூத்த மகளோடு அனுப்பி வைத்திருந்தாள் நல்லாள்.

"எட்டி களவாணி, அந்தக் குட்டி மொரண்டு பிடிக்கப் போறா. எல்லாத்தையும் சொல்லி வச்சியா?" நல்லாளுக்கு அவள் புருசன் வேலையை இளகுவாக்கும் பிரயத்தனம்.

"எல்லாம் பேசிட்டேன். அவள்கிட்ட புட்டு புட்டு வச்சிட்டேன். பத்தாம் மாசம் குஞ்சாமணியை நீ கொஞ்சலாம்."

"வீரப்பா! உனக்குப் படையலப் போட்டு குதிரை செஞ்சி விட்றேன் பா. இவ வாக்கு பலிக்கட்டும்."

சம்பு அறைக்குள் விடப்படிருந்தாள். "இந்த மலைவாசன் அண்ணன் இந்நேரத்துல எங்க போனாரு!" ராத்திரி சடங்குக்கான பொறுப்பில் விடப்பட்டிருந்த பெண்கள் பேசிக்கொண்டிருந்தனர். "அக்கா உன் புருசனை அப்டி என்னத்தைப் போட்டு மயக்கி வச்சிருந்த! துள்ளிக்கிட்டு ஓடி வருவானுக இந்தச் சின்னக்குட்டிக்கு. உன் புருசனை ஆள் உட்டு தேட வேண்டிருக்கு."

"கதவைப் பொத்துனாப்புல சாத்திப்புட்டு அந்தாண்ட போங்கடி வருவாரு." சம்புவும் அவள் அறையும் தனித்து விடப்பட்டன. கல்யாணத்திற்குத் தான் கட்டியிருந்த பட்டுச்சேலையை ராக்காத்துல ஒனத்தலாம்னு கொடி பக்கமா வந்தாள் நல்லாள்.

தொழுவத்தில் இரண்டு உருவங்கள் நின்றன. நல்லாளின் கண் பார்வை அந்த இருட்டிற்குள் அவ்வளவாக வேலை செய்யவில்லை. சீக்கு அதையும் தின்று இருந்தது.

எதையோ அந்தக் குட்டை உருவம் நெட்டை உருவத்திடம் கொடுத்தது. "இந்தப் பொடியைப் பால்ல கலந்து குடிச்சிருங்கண்ணே! ஒத்தாசையா இருக்கும்" களவாணிதான்.

"உங்க ஆசைப்படியே நடத்திக் கொடுத்துட்டேன். உங்க நினைப்பு படித்தான் இத்தனை நாளும் எல்லாத்தையும் அமைச்சி கொடுத்துருக்கேன்." களவாணியேதான்.

நெட்டை உருவம் பதில் ஏதும் பேசவில்லை. அவசர வேலை வந்தது போல் மின்னலாய் மறைந்தது.

நல்லாள் வைத்திருந்த பட்டுச்சேலை கீழே தவறியது. தண்ணீர் படாமல் இத்தனை வருடங்களாக நல்லாள் வைத்திருந்த பட்டுச்சேலை சாணிக்குழிக்குள் விழுந்தது. நல்லாள் அதை மீட்காமலேயே உள்ளே சென்றாள்.

கதவு திறக்கும் சத்தம் கேட்டு சம்புவின் இதயத்துடிப்பு அறை முழுக்க இடித்தது. கட்டிலில் உட்கார்ந்த மலைவாசன் "பயப்படாத பாப்பா இங்க வா" என்றார். அவர் முகமெல்லாம் பற்களாக இருந்தன. அவர் சிரித்து அப்போதுதான் பார்க்கிறாள் சம்பு. மறுபடியும் அழைத்தார். இதற்கு மேல போகாமல் இருந்தால் என்ன விளையுமோ என்ற அச்சம் வியர்க்க வைத்தது. மெல்ல நகர்ந்து அவர் கைக்கெட்டும் தூரத்தில் நின்றாள்.

"அட. இப்டி வாங்குறேன்" என்று மடியில் அவளை அமர்த்தியவர், அந்தப் பாவாடை சட்டையில நீ எப்படி இருந்த தெரியுமா!" என்று அவளை இறுக்கினார்.

புதுப்பானை கட்டியிருந்த அந்த உயரமான பனைமரத்திற்குப் போதை ஏறிக்கொண்டிருந்தது.

❏

உடற்றும் பிணி

"உங்களுக்கு இவன் மட்டும்தானா? இல்ல..! வேற குழந்தைகள் இருக்கா?"

இந்தக் கேள்விக்குள் காத்திருக்கும் மாபெரும் இன்னலைக் கூடுமானவரைக் கணித்து விட்டாள் ரோகினி. மகனைப் பரிசோதித்துவிட்டு வந்த மருத்துவர் இந்தக் கேள்வியைச் சாதாரணமாகக் கூட கேட்டிருக்கலாம். ஆனால் அவள் அதை அப்படிக் கடக்கவில்லை. "வேறொரு பிள்ளை இருக்கிறதா?! மனதைத் தேற்றிக்கொள். உன் மகனுக்கு நாள்பட்ட நோய் ஒன்று உறுதியாகிவிட்டது" என்பதைச் சொல்வதற்கான முன்னோட்டமாகத்தான் அவர் அப்படிக் கேட்டிருப்பார் என்ற உறுதிக்கு மிக அருகில் இருந்தாள்.

"இந்த மருந்துகளைக் கொடுங்கள். ஆறு வாரம் கழித்துதான் நோயை உறுதி செய்ய முடியும்" எனச் சொல்லி அனுப்பி விட்டார் மருத்துவர். பத்து வயது மகனை இடுப்பில் தூக்கிக் கொண்டு தன் சொந்த இதயம் கனக்க படிக்கட்டுகள் வழி இறங்கினாள். மின் தூக்கி பற்றி சிந்திக்க அவளிடம் போதிய நிதானம் இல்லை.

மகனின் நோய் அறிகுறிகள் அத்தனையும் பொல்லாத நோய் ஒன்றிற்கான அம்சங்களை ஐந்தாறு பொருத்தங்களுடன் வைத்திருந்தது. துள்ளித் திரிந்த மகன் திடும் என நோயில் விழுந்ததில் தடுமாறித்தான் போயிருந்தாள் ரோகினி.

துவண்டிருந்த மகன் அவளின் இடது பக்க கழுத்தில் முகம் வைத்து சிரமத்துடன் மூச்சு விட்டுக் கொண்டிருந்தான். அவனின் நீண்ட கால்கள் அவள் இடுப்பிலிருந்து முன்னும் பின்னுமாக ஆடிக்கொண்டிருந்தன. இடுப்பில் வைக்கும் வயதைக் கடந்த குழந்தை அவன். நோய்க்குள் விழவில்லையென்றால் இந்நேரம் படிகளைத் தாவிக் கடந்திருப்பான். இரண்டு நாள்கள் முன்பு வரை இல்லாத அந்த நோய் இப்போது ஆட்சி அதிகாரம் கைப்பற்றிய கொடுங்கோலன் போல் விருப்பம் போல் அவர்களை ஆட்டுவிக்கத் துவங்கியது.

காத்திருப்போர் அறையில் ஓர் இருக்கையில் மகனை உட்கார வைத்துவிட்டு, தான் பதிவு செய்திருந்த வண்டிக்காகக் காத்திருந்தாள் ரோகினி.

அந்த அறை முழுவதும் நோய். படிக்கட்டுகள், வாயிலோரம், ஜன்னலோரம் என மூலை முடுக்கிலும் நோய்கள். ஒருவர் முகத்திலும் இளக்கமே இல்லை. கையில் வண்ண வண்ண கோப்புகளுடன் நோய்களைத் தாங்கியிருந்தனர். பெரியவர்களின் நோய்க்கு இல்லாத சிறப்பு வகை கூர்மையும் வலுவும் குழந்தைகள் நோய்க்கு உண்டு. அங்கே நிற்பவர்கள் அத்தனை பேரும் பிஞ்சுகளின் நோய்களைச் சுமந்து கொண்டு நின்றனர். பிறந்து ஐந்து நாள்களே ஆன குழந்தை ஒன்றின் மணிக்கட்டு நரம்புகளில் மருந்தேற்றத்திற்கான ஊசி, தைக்கப்பட்ட நிலையிலேயே இருந்தது. சீரழிந்த வாழ்வொன்றின் மிச்சமாக இருந்த நடுவயதுப் பெண் ஒருத்தி தன் மகளின் மூத்திரப்பையை அதற்கென வடிவமைத்த தோல்பை ஒன்றில் வைத்திருந்தாள். அவள் மகளின் கழுத்து ஒரு பக்கம் தொங்கியபடி நடுங்கிக் கொண்டே இருந்தது. அந்த நடுக்கத்துடன் ஏதேதோ தன் அம்மாவிடம் அவள் பேசிக்கொண்டே இருந்தாள். ஆம் இல்லை என்ற தொனியில் மகளுக்குப் பதில் சொல்லிக் கொண்டே தங்கள் முறை வருகிறதா என டோக்கன் அழைக்கும் பெண்ணைப் பார்த்துக்கொண்டிருந்தாள் அந்த அம்மா.

தன் பிள்ளையின் பரிசோதனை முடிவை வாங்கிய ஒரு தந்தை அப்படியே சரிந்து அமர்ந்தார். தலையில் கைகளை வைத்து முடிகளைப் பிய்த்துக் கொண்டு பின் மெல்ல முகத்திற்கு கைகளைச் சரித்தார். மொத்த முகத்தையும் தன் இரண்டு கைகளுக்குள் புதைத்தவர் பின் இரண்டு கண்களையும் தேய்த்துக் கொண்டார். அவருக்கு நேர் எதிரே ஐந்து வயது

எனச் சொல்லத்தக்க பெண் குழந்தை ஒன்று வெள்ளை நிறக் கவுனில் நீலப் பூக்கள் விரவ நின்று கொண்டிருந்தாள். அவளின் அம்மா யாருடனோ மிகத் தீவிரமாகக் கைபேசியில் பேசிக்கொண்டிருந்தாள்.

அந்த நீலப்பூ குழந்தை ரோகினியை வைத்த கண் எடுக்காமல் பார்த்துக்கொண்டிருந்தது. ரோகினியும் அவள் பார்வையை அகற்றவில்லை. நீலப்பூவை ஊடுருவும் போதே ரோகினிக்கு அக்குழந்தையின் உருவம் வேறு ஒருவரின் சாயலைக் குழைத்துத் தந்தது.

ரோகினியுடன் ஏழாம் வகுப்பு படித்த இலக்கியாவின் தங்கையின் சாயல் அது. இலக்கியாவின் பெயர் நினைவில் இருக்கிறதே தவிர அவள் தங்கையின் பெயர் நினைவில் இல்லை. அந்த ஆண்டில் புது மாணவியாகச் சேர்ந்தவள் இலக்கியா. அவள் பள்ளிக்கு வந்த முதல் நாளில் இருந்தே தன் தங்கையையும் அழைத்து வருவாள். தூக்கித்தான் வருவாள் என்று சொன்னால் இன்னும் பொருந்தும்.

பிறந்து சில நாள்களே ஆன குரங்குக் குட்டி போலவே அவள் தங்கை இருப்பாள். பார்த்தாலே சொல்லிவிடலாம் தக்கை கூட அவளை விட கூடுதல் எடையாக இருக்கும். வட்டமான முகத்தில் கன்னங்கள் மட்டும் உப்பலாக இருக்கும். கண்களில் உயிரே இல்லாமல் இதோ இப்போது சாகப்போகிறேன் என்ற அறிவிப்பை ஒவ்வொரு நாளும் தெரிவித்துக் கொண்டிருக்கும். இலக்கியா சரியாகப் படிப்பதில்லை என ஆசிரியர்கள் திட்டிக் கொண்டிருந்தாலும் சிறுநீர் கழித்து விட்ட தன் தங்கையின் உடைகளைச் சரிசெய்து கொண்டிருப்பாள்.

விளையாட வந்தாலும் இடுப்பில் தங்கை, அங்காடிக்கு வந்தாலும் இடுப்பில் தங்கை ஆற்றுக்கு வந்தாலும் இடுப்பில் தங்கை எனத் தங்கையை அவள் உடலின் ஒரு பாகமாகவே வைத்திருந்தாள். இலக்கியாவின் தங்கையைத் தானும் தூக்கிப் பார்க்க வேண்டும் என்ற ஆசை ரோகினிக்கு. கோவிலுக்குத் தூக்கி வந்திருந்த ஒரு வெள்ளிக் கிழமையில் இலக்கியாவிடம் கெஞ்சிக்கொண்டிருந்தாள் ரோகினி. ஒரு கட்டத்தில் "ஒரு முறைதான் தருவேன், இனி கேட்கக்கூடாது" என்ற நிபந்தனையுடன் தங்கையைக் கைமாற்றினாள் இலக்கியா.

தன் இடுப்பில் வாங்கியபோதுதான் ரோகினி உணர்ந்தாள். அவள் நினைத்திருந்த வகையான எடை அல்ல அது. நன்கு கனத்தாள் தங்கை. அவள் மீது அழுகிக்கொண்டிருக்கும் தோலின் வீச்சம் இருந்தது. அவளின் உதடுகள் ஈரமற்று வெடிப்புகளுக்குள் புதைந்திருந்தன. எங்கேயாவது அமர வைத்தால் அப்படியே அமர்ந்து கொண்டிருப்பாள் தங்கை. கால்கள் மட்டும்தான் வேலை செய்யாது. மார்பு கூடாக முன்னோக்கி நீண்டு ஒரு கைப்பிடி அளவில் இருக்கும். கழுத்திற்குக் கீழ் எலும்புகளின் இருப்பு அப்பட்டமாய்த் தெரியும். வயிறு உருண்டையாக உருட்டிக்கொண்டு சுரக்குடுக்கை போல் வடிவாய் இருக்கும். கைகள் அளவு குறைந்து உடலில் பெயருக்குக் குத்திவைத்தது போல் இருக்கும்.

குரல் ஏதோ ஒரு சிறு பிராணியின் குரல் போல் இருக்கும். அன்றுதான் ரோகினிக்கு அந்தத் தங்கை பேசுவாள் என்றே தெரியும். அதை விட அதிசயம் அவள் பாடியதைக் கேட்டது. பாஞ்சாலங்குறிச்சி படத்தின் “ஒன் ஒதட்டோர செவப்பே” பாடலை முழுவதுமாகப் பாடி முடித்தாள் அந்தக் குட்டிக்குரங்கு.

வீட்டிற்குச் செல்வதற்குள் இலக்கியாவைக் கரைத்து அவள் தங்கைக்கு இருக்கும் நோய் பற்றித் தெரிந்து கொண்டாள் ரோகினி. அவளுக்கு இதயத்தில் ஓட்டை, வெகு சீக்கிரமே மரணித்து விடுவாள் இது மட்டுமே ரோகினிக்கு விளங்கியது.

அடுத்த நாள் முதல் இலக்கியாவின் வருகையில் அதிக ஆர்வம் காட்ட ஆரம்பித்தாள் ரோகினி. இடுப்பில் தங்கையுடன் வந்தால் அவள் இன்னும் சாகவில்லை. தங்கை இல்லாமல் வந்தால் அவள் செத்துவிடாள். இந்தக் கணக்கில் ஒவ்வொரு நாளையும் அனுப்பிக் கொண்டிருந்தாள் ரோகினி.

ஒரு நாள் பள்ளியில் உணவு இடைவேளையில் குட்டிக்குரங்கு சாப்பிடாமல் மேசையில் முகம் சாய்த்துப் படுத்துக் கிடந்தது. தூரத்தில் இருந்து அதைக் கவனித்துக் கொண்டிருந்த ரோகினியை அதுவும் தலைசாய்த்த வண்ணமே பார்த்துக்கொண்டிருந்தது. ரோகினிக்கு மெல்ல அதன் கண்களில் இருந்த கருவிழி ஒளி மங்குவதைப் போல் தோன்றியது. ஒரு கட்டத்தில் கருவிழி மொத்தமும் மறைந்து வெள்ளைத் திரையாகப் பரவியிருந்தது. கருவிழி எப்படியும் மேல்நோக்கித்தான் புதைந்திருக்கும் மீண்டும் கீழிறங்கும் எனக் காத்துக் கொண்டிருந்தாள் ரோகினி.

ஆனால் கருவிழி புருவங்களைப் பிதுக்கித் தலைக்கேறி குட்டிக்குரங்கின் ரிப்பன் வழியாகக் காற்றில் கலந்தது. இலக்கியாவிற்கு அதன் பிறகு சுமை தூக்கும் சுமை இல்லவே இல்லை. இலக்கியாவிற்கு இடது பக்க இடுப்பு மட்டும் கூடுதல் குழிவாகவே வளர்ந்தது.

அந்தச் சிறிய மரணம் கொடுத்த விடுதலை மிகப்பெரியது. தங்கை இல்லாமல் எப்பொழுதும் சோகம் அப்பிக் கிடந்தாலும் இலக்கியாவின் முகத்தில் சுடர் ஒன்று பிரகாசித்தது. ஏழாம் வகுப்பின் இறுதித் தேர்வில் இருந்த சோகம் எட்டாம் வகுப்பின் முதல் நாளில் இலக்கியாவிடம் அவ்வளவாக இல்லை. எட்டாம் வகுப்பின் காலாண்டுத் தேர்வில் வடிந்த அவ்வப்போதைய சோகமும் அரையாண்டு முடிந்ததும் முற்றிலுமாக இல்லை. தங்கையின் ஞாபகங்களை ஏற்படுத்திய பொருள்களும் வீட்டில் குறையத்துவங்கி மாலை போட்டிருந்த புகைப்படம் மட்டுமே தங்கை என்று மாறியது. வருடங்கள் ஓட ஓட வீடுகள் மாறியதில் தொலைந்த அந்தப்படத்துடன் தங்கையும் தொலைந்து விட்டாள்.

அந்தக் குட்டிக்குரங்கிடம்தான் முதன் முதலில் சாவின் சாயலைப் பார்த்திருந்தாள் ரோகினி. அதே சாயல் அந்த நீலப்பூவிடமும் இருந்தது. நீலப்பூவின் அம்மாவை நினைத்து வருந்தினாள் ரோகினி. சாவைக் கடக்கலாம் நோயைக் கடக்க முடியாது என்று முடிவெடுத்தவாறே தன் மகனைப் பதற்றத்துடன் தழுவிக் கொண்டாள்.

ரோகினியின் காதல் கணவன் விபத்தில் மரணித்த போது அவள் மகனுக்கு வயது ஐந்து. "சீக்கிரம் வந்துவிடுகிறேன்" என போனில் சொல்லியவன் அடுத்த பத்து நிமிடங்களில் உயிருடன் இல்லை.

அழுது துடித்து, இரவுகளுக்கு அஞ்சி, துக்க விசாரிப்புகளில் காயப்பட்டு என முதல் இரண்டாண்டுகள் தன் உடலில் ஏதோ ஒரு திசுவில் மட்டும் உயிரை வைத்துக் கொண்டு அப்பனைக் கேட்டு அழும் மகனை மடைமாற்றிக் கொண்டிருந்தாள்.

சந்தன முல்லையும் கணவனின் சோப்பு மணமும் அவளைக் கண்டம் துண்டமாக வெட்டிப் போடும். நினைவுகளை அதி பாதாளத்திலிருந்தும் மீட்டுக் கொணர்பவை வாசனைகள். முல்லைப்பூவின் மணத்தில் அவனின் நுனி நாக்கின் ருசி அவளின் அடித்தொண்டைக்குள் இறங்கியிருக்கும். அவனின்

சோப்பு வாடையில் அவன் பின்னங்கழுத்தை முகர்ந்திருப்பாள். அத்தனையையும் கண்கள் விரிந்த நிலையில் ஏதோ ஓர் இறந்த காலத்தில் தீவிரப்புணர்வுக்கான நிகழ்வொன்றின் மீதிமிச்ச நினைவுகளுடன் தனக்குள் நிகழ்த்திக் கொள்வாள். நிகழ்காலத்திற்குத் திரும்பும்போது விழியோரம் உப்பு பூத்திருக்கும்.

இப்போது அந்த இறந்த கணவனே மீண்டு வந்தாலும் ரோகினி ஏற்கப்போவதில்லை. அவனின் இல்லாமையால் அவள் ஏற்படுத்தி வைத்திருந்த அந்தத் துர்வாழ்வு அவளுக்கு இணக்கமாக மாறிவிட்டிருந்தது. அப்பன் பற்றிய நினைவே மகனிடம் இல்லாத வண்ணம் முழுவதுமாகத் துடைத்து எடுத்தாள். அப்பனின் உருவப்படம் கூட வீட்டில் இல்லை.

காலம் அதற்கான சகல உடன்பாட்டையும் வார்த்திருந்தது. வாழ்வின் நிரந்தரமின்மையை ஓரளவிற்கு அனுபவங்கள் வழி கற்றிருந்தாலும் மகனின் நோய் அவளைக் கத்தி கொண்டு செதுக்கிக் கொண்டிருந்தது.

வண்டி வந்துவிட்டதாகக் கைபேசி காட்டியது. மகனைத் தூக்கிக் கொண்டு வெளியேறினாள். இரவு ஒன்பது மணி. நல்ல கோடைக்காலம் என்பதால் அந்த இரவு கூடுதல் இதமாக இருந்தது. காரின் ஏசியை அணைத்து விட்டு சன்னலை விரியத் திறந்தாள். மகன் அவள் மடியில் உறங்கி விட்டான். மகனின் நோய் எங்கெல்லாம் சென்று முடிய வாய்ப்புள்ளது என கூகுல் வழித் தேடினாள். வழக்கம் போலவே கூகுள் கட்டற்று கால் பரப்பி எல்லாத் திசைகளிலும் கைகாட்டியது. அவளை மேலும் கலவரப்படுத்தியதே தவிர சிறிதும் ஆற்றுப்படுத்தவில்லை. போனை பைக்குள் போட்டுவிட்டு காருக்கு வெளியே முகம் நீட்டினாள். புறநகர்ப் பகுதியை அடைந்திருந்ததால் பெட்ரோல் டீசலற்ற காற்று அவள் வியர்வையை ஒற்றி எடுத்துக்கொண்டிருந்தது.

வியர்வையைத் தின்னும் காற்று, தாகத்தைத் தணிக்கும் தண்ணீர், பசியைக் கொல்லும் உணவு இவையெல்லாமே துன்பம் வளர்த்து நிம்மதி கொடுப்பவை.

வியர்வையின்றி உணரும் காற்று அவ்வளவாகச் சிலாகிக்கப் படுவதில்லை. தாகமற்ற தண்ணீர் பழக்கத்தில் சேருமே தவிர நரம்புகளை ஊடுருவாது. பசியற்ற உணவிற்கு உணவுப்பாதையே கிடையாது.

நாள்பட்ட நோய்க்கு ஆட்பட்ட நபர்களைப் பற்றி சிந்திக்கத் துவங்கியது ரோகினியின் ஆன்மா. அவளின் பெரியப்பா ஒருவரைப் புற்று நோயின் கைகளுக்குள் கொடுத்து விட்டு அதன் பிடி தளர்த்த பெரியம்மா பட்ட வேதனையை நினைத்துக் கொண்டாள். பெரியப்பா ஒரு சிறந்த பேச்சாளர். அவருக்கு வந்ததோ தொண்டையில் புற்று. கடைசி ஓராண்டு காலம் அவர் காகிதங்கள் வழிதான் பேசினார். அவரை முழுவதுமாகக் குணமாக்க முடியாது என்றும் சாவை ஓராண்டிற்கு வேண்டுமானால் தள்ளிப்போடலாம் என்றும் மருத்துவர்கள் சொல்லி விட்டனர். இலட்சங்களைக் கொட்டி அவரை நோய்ப்படுக்கையில் உயிர் மட்டும் கண்களில் இருக்க தன்னுடன் வைத்திருந்தாள் பெரியம்மா. அவரால் நோயின் கொடுமையைத் தாளவே முடியவில்லை. தன்னால் 'இதற்கு மேல் சிகிச்சைகளைத் தாங்க முடியாது நான் இறக்கத்தயாராக இருக்கிறேன்' எனப் பெரியப்பா எழுதியே கொடுத்து விட்டார். ஆனாலும் பெரியம்மாவிற்கு அவரைப் பிரிய மனமில்லை. ஒரு நாள் பெரியம்மா குளித்துக் கொண்டிருந்தபோது தனது கை நரம்புகளை வெட்டிக்கொண்டு பெரியப்பா இரத்தமாகக் கிடந்தார். மருத்துவர்களை ஓடி அழைத்துப் பெரியம்மா கதறும்போது, "என்னை மன்னித்துவிடு" என்று சொல்லும் விதமாகக் கையெடுத்துக் கும்பிட்டு விட்டு பெரியப்பா இறந்து போனார்.

அப்படியாகப் பயணித்த நினைவுகள் ரோகினியின் தோழியின் தந்தையிடம் வந்தன. ஓராண்டு சிகிச்சை அளித்தால் இரண்டாண்டு உயிரோடு இருப்பார் என்ற சிகிச்சை நிலை. அப்பாவை எப்படியாவது காப்பாற்றி வைத்துக் கொள்ள வேண்டும் என்ற ஆசை தோழிக்கு. போதிய பணவசதி இல்லை. அதுவரை ஆகிய செலவிற்கே இலட்சங்களில் சொந்த பந்தங்களிடம் கடனாகி இருந்தது அந்தக் குடும்பம். மேல் சிகிச்சைக்கு வீட்டை விற்றால் பணம் புரட்டலாம். வீட்டை விற்கச் சொல்லித் தோழி அவள் அம்மாவிடம் போராடிக் கொண்டிருந்தாள். அம்மா அந்த எண்ணத்திற்கு உடன்படவில்லை. எந்தக் கெட்டப்பழக்கமும் இல்லாத தன் கணவனுக்கு அப்படியொரு கொள்ளை நோய் வந்ததில் முற்றிலும் இடிந்திருந்தார் அம்மா. ஆனாலும் ஒரு கட்டத்தில் ஒரு முடிவிற்கு வந்திருந்தார்.

நோய்ப்படுக்கையில் கிடந்த கணவனே மன்றாடிக் கேட்டும் அம்மா வீட்டை விற்க சம்மதிக்கவில்லை. அந்த வீடு ஒன்றுதான் அவர்களின் சொத்து அதை விற்று கணவனின் உயிரை மீட்க முடியாது எனத் திட்டவட்டமாகத் தெரிந்து விட்டது. மரணத்தின் தள்ளி வைக்கப்பட்ட உறுதி பிள்ளைகளின் எதிர்காலம் நோக்கி அம்மாவைச் சிந்திக்க வைத்தது. கணவனின் மரணத்திற்கு முற்றிலும் தன்னைத் தயார் படுத்தி வைத்திருந்தார் அந்த அம்மா. கடைசிக் காலத்தில் அந்த அம்மாவின் கைகளால் உணவு ஏதும் வாங்காமலேயே வீம்புடன் இறந்தார் அப்பா. கடன்களையெல்லாம் அடைத்துப் பிள்ளைகளை யார் தயவுமின்றி வளர்த்து ஆளாக்கினார் அம்மா.

இவர்களையெல்லாம் மனக்கண்ணில் ஓட்டி முடிக்கையில் தன் கட்டிலில் மகனுடன் படுத்திருந்தாள் ரோகினி. ஆறு வாரங்கள் இன்னும் பெயர் சூட்டப்படாத அந்த நோயுடன் வாழ வேண்டும். அது பழக்கப்பட்ட அறைதான் என்றாலும் அன்று முற்றிலும் புதிய சூழலை ஏற்றிருந்தது. ரோகினியின் உடல் மீது அளவான தகிப்பில் நெருப்பு ஒன்று கனன்று கொண்டே இருந்தது. மகனின் மார்பில் அடிக்கடி கை வைத்து அவனின் இருப்பை உறுதி செய்து கொண்டாள்.

நன்கு தூங்கிக் கொண்டிருந்த மகன் திடீரென எழுந்து அமர்ந்தான். பதறியெழுந்து அவன் முகம் வடித்தாள் ரோகினி. குபுக்கென்று வாந்தி எடுத்தான். அப்படியே கைகளில் ஏந்தி வாங்கினாள். அவனை மெல்ல இறக்கியவாறே வாந்திக் கைகளுடன் கழுவும் அறைக்குச் சென்றாள். கைகளில் சூடாக இருந்த அந்த வாந்தியில் மகனின் உயிரின் பாகங்கள் ஏதேனும் இருக்கக்கூடுமோ எனத் தயங்கிக்கொண்டே கைகளையும் அவனையும் கழுவினாள்.

எவ்வளவு கடினம் என்றாலும் ஆறு வாரங்கள் என்பது கரையப் போவதுதான் என்பதை மூன்றாம் நாளில் உறுதிப்படுத்திக் கொண்டாள். மகனின் துள்ளலற்ற வீடு சிறையாகத் தோன்ற ஆரம்பித்ததும் ஒரு வார முடிவில் சிறைக்குள் வாழ முடிவெடுத்து விட்டாள். நோய்ப்படுக்கை ஒன்றை இரண்டாம் வாரத்தில் நேர்த்தியாக ஏற்படுத்தி இருந்தாள். மகனைக் கட்டி அணைக்கும் போதெல்லாம் விம்மும் மார்பைக் கல்லாகிப்போக பழக்கிக் கொண்டிருந்தாள். மகனை நினைவாக்கிக் கொள்ளும் திட்டம் ஒன்றும் அவளிடம் ஏற்பட்டு இருந்தது. மகனும் தானும்

சேர்ந்தே மரணித்து விடலாமா என்ற எண்ணமும் அவளிடம் இல்லாமல் இல்லை. மரணத்தின் தரிசனம் திட்டமிடலுக்கு ஆட்படுவதே இல்லை என்ற ஆன்ம அறிவால் அசட்டுத் தனங்களில் ஈடுபடவில்லை.

திகிலுற்ற மனங்களின் வடிகாலான பேய்க்கனவுகளுக்குப் பஞ்சமில்லாமல் போனது. நிற்கும் இடங்களிலெல்லாம் மரமாய் நிலைப்பது அடுப்பங்கறை காரியங்களைக் கருக்கி வைப்பது அலுவலகப் பணிகளில் தவறுகள் செய்வது எனப் பேதலித்த கணங்களிலும் எதையோ ஒன்றைப் பற்றிக் கொண்டாள்.

ஆறாம் வாரத்தின் முடிவில் மகனின் நோயை ஏற்பதற்கான சகல ஏற்பாடுகளுடன் மருத்துவரைச் சந்திக்க மகனுடன் சென்றாள். அவளை மட்டும் அறைக்குள் அழைத்தார் மருத்துவர்.

அவளின் இதயத்துடிப்பு நோயின் பெயரைக் கேட்பதற்காகவே விரைந்து கொண்டிருந்தது. அந்தப் பெயர்தான் இனி அவளின் துயரத்திற்கான பீடம்.

மருத்துவர் தீவிரமாகப் பரிசோதனை முடிவுகளைப் பார்த்துக் கொண்டிருந்தார். அவளின் முகத்தை அவர் பார்த்த போது தீர்க்கமான தெளிவொன்றை வைத்திருந்தாள்.

“நாம பயந்த அந்த நோய்தான்னு உறுதியாகிருக்கு. அதுக்கேத்த மருந்துகளை ஆரம்பிக்கிறேன்” என்று கூறிக்கொண்டே நீட்டியும் சுழித்தும் ஏதேதோ எழுதினார்.

தன்னை வருத்தி வருத்தி அவள் சேர்த்திருந்த வலு கண்கள் வழி குமிழ்களாக வடிந்தன. நல்ல பெரிய பெரிய கண்ணீர்த்துளிகள். தேக்கப்பட்டிருந்த அத்தனை ஆற்றாமையும் பெருகிப் பொழிந்தது.

வெளியே அமர்ந்திருந்த மகனைக் கண்ணாடிக் கதவுகளின் வழி பார்த்தாள். அப்படியே அவன் அப்பாவின் சாயலில் தெரிந்தான்.

கண்ணீர் செய்த சித்து வேலையாக இருக்கலாம். கண்களைத் துடைத்துக் கொண்டு மீண்டும் பார்த்தாள்.

அதுநாள் வரை மகனிடம் இல்லாத சாயல். அப்பன் அப்படியே அப்பிக் கிடந்தான். வெளியே வந்து மகனைத் தன்வசம் இழுத்து அணைத்துக் கொண்டாள்.

மின் தூக்கியைப் பயன்படுத்த அதனுள் நுழைந்து பூஜ்ஜியத்தை அழுத்தினாள். கதவு மூடியது. மூடிய கதவில் அவளும் மகனும் பிரதிபலித்தனர். மகன் முகத்தில் சவக்களையில் கணவன்.

அச்சம் அவள் நரம்புகளை விரைப்பாக்கியது. காலணிக்குள் கால்கள் குளிர்ந்து வழுக்கியது. மின் தூக்கி 3 என இறங்கிக் கொண்டிருந்தது. அவகாசம் இல்லாதவளாய் மகன் முகத்தில் இருந்த கணவனின் சாயலை அவன் தலைமுடியைக் கலைத்து அழித்துப் பார்த்தாள். அவனிடத்திலிருந்து அப்பன் போகவே இல்லை. மின் தூக்கி 2 என இறங்கியது. மகனின் கன்னங்களைப் பிசைந்து அவன் முகத்தை வேறொன்றாக வடித்துப் பார்த்தாள். அப்பன் போகவே இல்லை.

மின் தூக்கி 1 என இறங்கியது. ரோகினியின் சுடிதாரின் கழுத்து வரம்புகள் நனைந்து அடர் நிறமாக மாறியிருந்தது. மகனின் முகத்தை இரண்டு கைகளாலும் உள்வாங்கி அவன் கண்களை ஆழக் கடந்து அவனுள் சென்றவள், சட்டென தன் நெற்றிப்பொட்டை அவன் நெற்றியில் ஒட்டினாள். அப்படியே ரோகினியின் சாயல்.

மின் தூக்கி பூஜ்ஜியத்தில் வந்து நின்றது.

கதவு இரண்டாகப் பிளந்தது. பெரிய பாதை கிடந்தது. அம்மாவும் மகனும் வெளியேறினர்.

❏

ஊமச்சி

அந்திவானம் ஆரஞ்சு மிட்டாய் தின்ற நாக்கு போல சிவப்பு வண்ணத்திலிருந்து ஒரு துளி மஞ்சளைச் சப்புக் கொட்டிப் பிரித்துக் கொண்டிருந்தது. சூரியன் நிறமிழந்து வானோடு வானாய்ப் படிந்து மங்கத் துவங்கியது.

ஊரின் எல்லையில் ருக்குவையும் அவள் பெரியம்மாவையும் இறக்கி விட்டுப் பேருந்து அதன் பாட்டில் சென்றது. சைக்கிளில் ருக்குவின் பெரியப்பா கண்ணன் காத்துக் கொண்டிருந்தார்.

பெரியப்பாவைக் கண்டதும் ஓடிப்போய் அவரின் கால்களைக் கட்டிக் கொண்டாள் ருக்கு.

“அடேய் தங்க மவளே! வளந்துட்டடா செல்லமே” என அவளின் கன்னங்களைத் தட்டிக்கொடுத்தார் பெரியப்பா.

“அவ ஏழாவது படிக்கிறா இப்ப. கைப்புள்ள மாதிரி பொசுக்கு பொசுக்குன்னு தூக்காத” என முகத்தைச் சுழித்தாள் பெரியம்மா.

“ஏழாவதா இருந்தா என்னா! புள்ள என்னிக்கும் எனக்கு கைப்புள்ளதான்டி” பைகளை வாங்கி சைக்கிளில் மாட்டிக் கொண்டு முன்கம்பியில் ருக்குவும் பின்னே பெரியம்மா வாணியுமாக வீடு போய் சேர்ந்தனர்.

வருடா வருடம் கடைசிப் பரீட்சை அன்று பெரியம்மா வந்து தங்கை மகள் ருக்குவை அழைத்து வந்து விடுவாள்.

பிள்ளை இல்லாத அந்தத் தம்பதிக்கு ருக்குதான் கோடைக்கால பிள்ளை.

போன விடுமுறைக்கு ருக்கு ஊன்றிய ஒரு சாண் செம்பருத்திக் குச்சி அவளின் இடுப்பளவு வளர்ந்திருந்தது.

அதன் பச்சைகளிலும் நாவல் பழ நிற நரம்புகளிலும் இன்னொரு சிறுமியை உற்றுப் பார்த்தாள் ருக்கு.

"ஏய் ருக்கு வந்துட்டியாத?" மணியின் குரல் கேட்டுத் திரும்பினாள்.

"ஆமாடா மணி. இப்பத்தான் வந்தேன். சோலை எங்கடா உன் கூடவேதான இருப்பான்!"

"மொதோ அவனைத்தான் கேப்ப" மணி புருவங்களுடன் கண்களை உயர்த்தினான்.

"அட போடா ரெட்டைப் பெறவி மாதிரி சுத்துவீங்களேன்னு கேட்டேன்."

"வா வந்து சைக்கிள்ல குந்து. சோல ஊட்டுக்குப் போவோம்."

"பாவாடையை நல்லா சுருட்டிக்கப்பா வீலுக்குள்ள உட்றாத" மணி சொன்னான்.

சோலையின் வீட்டு முன்னால் சைக்கிள் நின்றது. சைக்கிளை விட்டு இறங்கி, கிளுவைப் போத்துகளினால் வரவேற்ற வாசலைக் கடந்து முன்னேறினாள் ருக்கு.

உள்வாசல் கோலத்தை அவள் மிதித்த கணத்திற்கு எங்கிருந்தோ பாய்ந்து வந்த சிம்பா ருக்குவின் பாதையை மறைத்து "லொள் லொள்" என்று இரண்டே முறை குரைத்து விட்டு ருக்குவின் பாவாடையைக் கவ்வி இழுத்தது. ருக்கு அதிர்ச்சியில் சரிந்து சாணி மெழுகிய தரையில் உறைந்தாள்.

சைக்கிளைப் போட்டு விட்டு மணி ஓடி வரவும் தீவனம் கரைத்தக் கையுடன் சோலை ஓடிவரவும் சரியாக இருந்தது.

“ஏய் சிம்பா ச்சீ அந்தர போ” தீவனக்கையுடன் சிம்பாவின் காதைப் பிடித்து இழுத்துத் தள்ளினான் சோலை.

“ருக்கு பயப்புடாத நம்ம சிம்பாதான் ஒன்ன அதுக்கு அடயாளம் தெரியல” தீவனக் கையை உதறி விட்டு ருக்குவைக் கைகொடுத்துத் தூக்கினான்.

“என்னடா சொல்ற சிம்பாவா இது! குட்டியா இருந்துச்சி! இவ்ளோ பெருசா இருக்கு!” பாவாடையில் ஒட்டிய சாணி மணந்த மண் துகளை உதறிக் கொண்டே ருக்கு கேட்டாள்.

“ஆமா நீ போன கோடைக்குப் பாத்தது, எடைல வந்தப்பவும் ஒரு நாள்ல போய்ட்ட அதான் ஒனக்கும் சிம்பாவைத் தெரியல” பாவாடையைச் சரிசெய்து கொண்டிருக்கும் ருக்குவைப் பார்த்துக் கொண்டே சொன்னான்.

“இனிமே இவன் பல்லு காட்டியாத்தான் திரிவான்” என்று முனகிக் கொண்டே கீழே விழுந்து கிடந்த தன் சைக்கிளை நிமிர்த்தச் சென்றான் மணி.

“நீயும் வளந்துட்ட ருக்கு. என்ன உட ஒசரமா தெரியுற இப்ப” தன்னையும் மீறி அதைச் சொல்லிவிட்ட படபடப்பு சோலையின் நெஞ்சுக்குள் வேகமெடுத்தது.

பாவாடையைக் கூடுமான அளவிற்கு கீழே இழுத்து விட்டு மெல்லச் சிரித்தாள் ருக்கு. “சரி வாடா செம்பாவைப் பார்ப்போம். ஒன் சைக்கிளை எடு.”

“அந்தப் புள்ளய இனிமே வெளாட உட மாட்டாங்க ருக்கு” சொல்லிக் கொண்டே வியர்த்திருந்த உடம்பில் வெள்ளைச் சட்டை ஒன்றைப் போட்டுக்கொண்டு சைக்கிளை எடுத்தான் சோலை.

“நான் கூப்டா உடுவாங்கடா வாங்க.”

மூவரும் செம்பா வீட்டுக்குச் சென்று ஏமாற்றத்துடன் திரும்பினர். செம்பாவைப் பார்க்கக்கூட விடவில்லை செம்பாவின் பாட்டி. வாசலோடு அனுப்பியதோடு மட்டுமல்லாமல், “ஆளாவுற நேரத்துல இந்தப் பயலுவளோட இருட்டுப் பொழுதுக்கும் சுத்துறியாடி!” என்று வசைபாடியும் துரத்தி விட்டாள் கிழவி.

"செம்பா நல்லா வளந்துட்டால்லடா பெரிய புள்ளயா தெரியுறா" சைக்கிளின் பின் அமர்ந்திருந்த ருக்கு சொன்னாள்.

"எனக்கொன்னும் அப்புடி தெரியல. ஆனா நீதான் பெரிய புள்ளயா ஆயிட்ட."

பின்னாலிருந்தவளை ஒரு நொடி திரும்பிப் பார்த்து விட்டு மீண்டும் சாலைக்குத் திரும்பினான் சோலை.

"ருக்கு! நல்லா இருட்டிட்டு புள்ள ஒன் பெரியம்மா கத்தும். வா ஊட்ல உட்டுட்றோம்" மணி சத்தம் போட்டுச் சொன்னான். மணியின் சைக்கிளுக்கும் சோலையின் சைக்கிளுக்கும் பெரிய இடைவெளி சோலையின் வேகத்தால் ஏற்பட்டு இருந்தது.

"போலாம்டா. காத்தாயி அம்மன் ஆலமரத்த மட்டும் பார்த்துட்டுப் போய்டுவோம்" என்றாள் ருக்கு.

"இல்லப்பா, காத்தாயிக்குக் காப்பு கட்டியாச்சு ஆறு மணிக்கு மேல ஓட்டம் இருக்கும். இருட்டுல எதாச்சும் சினாட்டிப்புடும். காலைல பாத்துக்கலாம். இப்ப வா ஊட்ல உட்றோம்." மணியின் சைக்கிள் முன்னே செல்ல சோலையின் சைக்கிள் பின் தொடர்ந்து ருக்குவின் பெரியம்மா வீட்டு வாசலில் நின்றது.

"காலைல வரோம் ரெடியா இரு" என்றவாறே சோலையும் மணியும் வந்த வழி திரும்பினர். அவர்கள் மறையும் வரை நின்று விட்டு வீட்டிற்குள் ஓடி பெரியம்மாவைக் கட்டிக்கொண்டு தூங்கினாள் ருக்கு.

காதருகே வெறுங்குடத்தை யாரோ தட்டுவது போல் நீண்டு நீண்டு அதிர்வடைந்த ஒலியலைகள் ருக்குவின் கை கால்களை அசைய வைத்தது. மெல்ல கண்விழித்தாள். பெரியம்மா தலையில் ஈரத்துண்டுடன் சாமி மாடம் முன்பு நின்று கொண்டிருந்தாள்.

"அம்பிகையே ஈஸ்வரியே எம்மை ஆள வந்து கோயில் கொண்ட குங்குமக்காரி," என்று ஒலித்த பாடலில் ருக்கு படுத்திருந்த கோரைப் பாயின் பின்னல்கள் அதிர்ந்து விலகின.

"ருக்கு! பல்லு தேச்சிட்டுக் குளிச்சிட்டு ஓடியா, கோயிலுக்குப் போவணும். ஊரே கௌம்பி நிக்குது சீக்கிரம் வா பெரியப்பா கோயில்ல நிக்குறாரு."

வெகு நேரம் தூங்கி விட்டோம் என்பதை உணர்ந்தவள் "சோலை வந்தானா பெரிம்மா?" என்று கேட்டாள்.

"அவனுக ஆறு மணிலேந்து இப்போ வரை மூனு தரம் வந்து கொரல் கொடுத்துட்டானுக, நீ அசையவே இல்லயே!"

வாரி சுருட்டி எழுந்து புழக்கடைக்கு ஓடித் தயாரானாள்.

ஆலமரத்தின் நிழலில் அமைந்திருக்கும் சிறிய கோவில் அது. கோவிலின் கும்பத்தைத் தட்டாமல் ஆலமரம் கிளை பரப்பியிருந்தது. பார்ப்பதற்கு உயரமான அசுரன் ஒருவன் இடுப்பிலிருந்து முன் மடங்கி கைகளைத் தன் தலைக்கு முன்னதாக நீட்டிக் கொண்டு ஒரு வகை ஆசனம் செய்வது போல் இருந்தது. அவனின் மார்முடிகளாய் விழுதுகள் தொங்கிக் கொண்டிருந்தன. ஊரே அங்குதான் இருந்தது.

அரிசி முறுக்குக் கூடையுடன் காலை நீட்டி அமர்ந்திருக்கும் கிழவிகள், வளையல்காரன்கள், பலூன்காரன்கள், ராட்டினம், பானகம், ஐசு வண்டி, பஞ்சு மிட்டாய், இரும்புக் கடை என அத்தனையும் குவிந்தாயிற்று. கோவிலுக்கு நேர் எதிரே இருபதடி தூரத்தில் நொண்டி வீரன் சன்னதி. அவனுக்கு முன்னே ஒரு சூலம் நின்றது. நொண்டி வீரன் சன்னதிக்கு முன்னே விரிக்கப்பட்டிருந்த படுதாவில் அமர்ந்து ஊர்ப் பெரியவர்கள் உண்டியல் பணத்தையும் வசூலையும் எண்ணிக் கட்டுகளாகப் பிரித்துக் கட்டினர். இம்முறை வசூல் மேம்போக்காக இருந்தது. ருக்குவின் பெரியப்பாவும் அதில் இருந்தார்.

பெரியம்மா மாவிளக்கு சட்டியும் அர்ச்சனைக் கூடையும் தூக்கி வந்தாள். பெரியம்மாவின் புடவையைப் பிடித்துக் கொண்டு ருக்கு நின்றாள். ஊர்ப் பெண்கள் ஒன்று கூடிய நேரமல்லவா! புடவை நகைநட்டு பற்றிய விசாரிப்புகளும் புறணிகளும் நாதஸ்வர ஊதலினூடும் அங்கும் இங்குமாகத் தூக்கி எறியப் பட்டன. குறி தவறி வேறு காதுகளில் சேர்ந்தாலும் அங்கிருந்து புதுப்புறணி பிறந்தது.

ருக்கு சோலையைத் தேடிக் கொண்டிருந்தாள். பெரியம்மா கதை பேசிக் கொண்டிருந்த மும்முறத்தில் அவளை விட்டு நகர்ந்த ருக்குவைக் கவனிக்கவில்லை. கோவிலைச் சுற்றி நடக்க ஆரம்பித்தாள் ருக்கு. ஆங்காங்கே குழுக்களாகப் பெண்கள்

கூட்டம் கனகாம்பரமும் டிசம்பரும் பூத்துக் குலுங்க நெருக்கமாக உட்கார்ந்து கதை பேசினர்.

கோவிலின் பின்புறம் ஆலமரத்தின் வேரொன்றில் கரியடைந்த துணிமூட்டை ஒன்று கிடந்தது. அதிலிருந்து இரண்டு கால்கள் சட்டென வெளிவந்தன. அந்தக் காலுக்கும் மூட்டைக்குமான வர்ணத்தில் பெரிய அளவு வித்தியாசம் இல்லை என்றாலும் வேறுபாடு தெரிந்தது. மூட்டையின் மேல் பக்கத்தில் தலை ஒன்றும் முளைத்தது. அது ஊமச்சி. ஊமச்சி நத்தை போல் சுருண்டு ஒடுங்கித் தன் கூட்டிற்குள்ளேயே ஒடுங்கிக் கிடந்தாள்.

ருக்கு சிறுபிள்ளையாய் இருக்கும் போதிலிருந்தே ஊமைச்சியைப் பார்த்திருக்கிறாள். ஆனால் இன்று அதிக பிசுக்காக இருந்தாள். மெல்ல எழுந்தமர்ந்து தலையை இரண்டு கைகளாலும் சொரியத் துவங்கினாள் ஊமச்சி. தினசரி குளித்தாலே ஊமச்சி இப்படி மூட்டையாய்த் தெரிய மாட்டாள். பாவாடை ஒன்றும் ஆண் சட்டை ஒன்றும்தான் ஊமச்சிக்கு ஊர் செய்யும் பேருதவி. மாதம் ஒரு பாவாடை சட்டையில் திரிவாள். அவள் பற்றிய எந்தப் பின்புலமும் ருக்குவிற்குத் தெரியாது. பெரியம்மா ஊமச்சிக்கெனப் பாவாடை சட்டையும் வளையல் மணியும் வாங்குவாள் அது மட்டும்தான் ருக்குவிற்குத் தெரியும். ஏதாவது ஒரு இரவில் திண்ணையில் ஊமச்சிக்குச் சோறு போட்டுக் கொண்டிருப்பாள் பெரியம்மா.

ஊமச்சியிடம் ஏதோ ஒன்று துக்கமாய்க் கிடந்தது. ருக்கு அது என்னவாக இருக்கும் என அவளை உற்றுப் பார்த்துக் கொண்டிருந்த போது பின்னாலிருந்து யாரோ அவளின் கண்களைப் பொத்தினர்.

"டேய் சோல, நீதான்னு தெரியுது" ருக்கு சிரித்தாள்.

"ஏய்! எப்டிப்பா கண்டுபுடிச்ச?" சோலை ருக்குவின் முன் வந்து நின்றான்.

"உன் கைதான் தோலெல்லாம் வத்தி சொரசொரன்னு இருக்குமே" ருக்கு சத்தமாகச் சிரித்தாள்.

"இன்னிக்கி தேங்காண்ண தேக்கல. அதான் இப்புடி இருக்குப்பா" சோலை பரிதாபமாகச் சொன்னான்.

ருக்கு சிரிப்பதை நிறுத்தவே இல்லை.

அவளை அழைத்துக் கொண்டு ஆலமரத்தின் மேற்குப் பக்க வேரொன்றில் அமர்ந்தான் சோலை.

“உன் பெரியம்மா எங்க? கத்திக்கிட்டு ஓடியாரப் போவுது!” என்றான் சோலை.

“இல்ல. தேடாது பெரியம்மா. கோயிலுக்கிட்டதான் நிப்பேன்னு தெரியும்.” ருக்கு பாவாடையை மேலும் நீட்டி கால் விரல்களையும் மறைத்தாள்.

“போன திருவிழாவுக்கு நான் ஒன்னு கேட்டன்ல ருக்கு!” கல் ஒன்றைக் கொண்டு ஆலமரத்தின் வேரைக் கீறிக் கொண்டே கேட்டான் சோலை.

எதுவும் சொல்லாமல் அமைதியாய் இருந்தாள் ருக்கு.

“ஏய் ஒன்னே ஒன்னு குடுப்பா இனிமேல் கேக்கவே மாட்டேன்” உலகத்து அப்பாவிகள் அத்தனை பேரும் சோலையின் முகத்தில் வீற்றிருந்தார்கள்.

நல்லதொரு அமைதியில் பாவாடையிலிருந்து நூலொன்றை உருவிக் கொண்டிருந்தாள் ருக்கு.

“அடேய் சோலே” தூரத்திலிருந்து மணி கத்தினான். மணி சைக்கிளில் வந்து கொண்டிருந்த திசைநோக்கித் தலை திருப்பினான் சோலை.

சோலையின் கன்னம் வாட்டமாக இருந்தது ருக்குவிற்கு. அவன் கன்னத்தை வேகமாக மோதி முத்தமொன்றைக் கொடுத்துப் பாவாடையைத் தூக்கிப் பிடித்தவாறு கோவிலை நோக்கி ஓடினாள்.

ஓடிக்கொண்டிருக்கும் அவளைத் துரத்த முயலாதவனாய் முத்தம் கிடைத்த கன்னத்தில் மீசைக்கான பூனை முடிகளைத் தேடிக்கொண்டிருந்தான் சிறுவன் சோலை.

கோவிலின் முன் கருவறைக்கு நேரே தலை விரி கோலமாய் நின்ற ஊமச்சியைத் அப்புறப்படுத்தக் கோரி பூசாரி கத்திக் கொண்டிருந்தார்.

“எட்டி பண்டிச்சிறுக்கி ஓரமா போய்த் தொலையேன் டி” பூசாரி தாத்தாவின் மனைவி வண்டு கத்தினாள்.

"இவ இப்புடியெல்லாம் மொரண்டு புடிக்க மாட்டாளே!" சுமதி அத்தை பெரியம்மாவிடம் சொன்னாள்.

"ஆமா அத்தாச்சி அதான் எனக்கும் புரியல. ஒரு சத்தத்துக்கே நவுந்து போய்டுவா!" பெரியம்மாவும் ஆச்சர்யத்தில் இருந்தாள்.

கூட்டத்தை வெறித்துப் பார்த்தாள் ஊமச்சி. கூட்டத்தின் இடுக்கு வழி நொண்டி வீரனைப் பார்த்தாள். நொண்டி வீரனைக் கண்டதும் தலையை மேலே உயர்த்திக் கூடுமானவரை குரல் வளர்த்து ஓவெனக் கதறினாள். காது கொடுத்து வாங்க முடியாத ஓலம். கத்திக் கொண்டே தலையில் அடித்துக் கொண்டு புழுதியில் சரிந்தாள்.

பூசாரியின் மனைவி வண்டு அவளை நெருங்கி, "என்னாடி ஆத்தா ஆச்சு ஒனக்கு! நீ சாமிடி ஆத்தா என்னா பண்ணுது ஒனக்கு?" என வாஞ்சையுடன் கேட்டாள்.

சட்டையைத் தூக்கி வயிற்றைக் காட்டினாள் ஊமச்சி.

"பசிக்கிது போலடி இவளுக்கு. சோத்தைக் கொண்டாந்து போடுங்கடி. புத்தி சரியில்லாதவ, பசிக்கிதுன்னு வாயத் தொறந்தும் சொல்ல முடியாதவ, அவள என்னான்னு பாருங்கடி பொண்டுகளா" என வண்டு ஆத்தா பெரியம்மாக்கள் அத்தைகள் சித்திகள் நிற்கும் கூட்டம் பார்த்துச் சொன்னாள்.

புளி சோறு பொட்டலத்துடன் சுமதி அத்தை அவளிடம் சென்று, "ஓரமா வாடி இதச் சாப்புடலாம்" என்றாள்.

பொட்டலத்தைப் பிடுங்கித் தூக்கி வீசினாள் ஊமச்சி.

பெரியம்மாவிற்குக் கோபம் வந்துவிட்டது. ஊமச்சியிடம் சென்று, "என்னடி ஒரே நாட்டியமா இருக்கு இன்னக்கி!. ஒழுங்கு மரியாதயா சொல்ற பேச்சு கேளு. எந்திரி மொதோ" என்று அரற்றினாள்.

பெரியம்மாவைப் பார்த்ததும் ஊமச்சி புழுதியில் புரண்டு கால்களை உதைத்து அழத் துவங்கினாள். பாவாடை ஒழுங்கற்று மேலேறியது.

மாவிளக்கு சட்டியைக் கீழே வைத்துவிட்டு அவளருகே பெரியம்மா சென்ற போது, ஊமச்சி விசும்பியதில் மாவிளக்குச்

சட்டி மண்ணில் சரிந்தது. மாவிளக்கு உதிர்ந்து மண்ணில் சிதறியது.

ஊமச்சியின் பாவாடையைச் சரிசெய்த போது அவளின் தொடைகளில் காய்ச்சிய பற்குறிகள் இருந்தன. மூளையில் தெறிப்பு விட்டது போல் ஒரு கணம் பெரியம்மாவின் கண்கள் இருண்டு மீண்டன. யாரும் பார்ப்பதற்கு முன்னே அவசர அவசரமாய் ஊமச்சியின் கால்களைப் பொத்தி மறைத்து பாவாடையைச் சரி செய்தாள் பெரியம்மா.

மாவிளக்கு கொட்டிக் கிடந்த இடத்தைப் பார்த்து வண்டு ஆத்தா ஒப்பாரி வைக்க ஆரம்பித்தாள். "தப்பு பண்ணுட்டியே வாணி! கவனமா இருந்துருக்கனும்டி. புள்ள வேணும்னு போட்ட மாவெளக்க மண்ணுல உட்டுட்டியே! ஆத்தா வெசனப்படுவாளே! என்ன ஆவப் போவுதோ! கொளத்துல முங்கி எழுந்து வாடி. துண்ணூறப் போடச் சொல்றேன்."

செம்பா கோவிலுக்கு வந்திருந்தாள். ருக்குவைப் பார்த்ததும் ஓடி வந்து விட்டாள். இருவரும் கை கோர்த்து கொண்டு கோவில் குளத்தின் படிக்கட்டுகளில் அமர்ந்தனர். தான் வயதுக்கு வந்த கதையை நீட்டி முழக்கி ராகமிட்டுச் சொல்லி முடித்தாள் செம்பா. பாதி கேட்டும் கேளாதவளாய்த் தலையை மட்டும் ஆட்டிக் கொண்டிருந்தாள் ருக்கு. ஒரு கட்டத்தில் செம்பாவை இடைமறித்து, "இன்னிக்கு சோலைக்கு முத்தம் கொடுத்தேன் டி செம்பா" என்றாள் ருக்கு.

"அடிப்பாவி! இது எப்ப?"

"இப்பத்தான் ஆலமரத்தடில."

"என்னடி சொல்ற! காத்தாயி எல்லையில ஒரு ஆம்பள பயலுக்கு முத்தம் குடுத்தியா! ஆத்தா கடுங்கோவக்காரி. அவளுக்கு இந்தச் சேட்டையலாம் புடிக்காது. ரெண்டு பேருக்கும் தண்டன குடுக்கப் போறா" என்று சொல்லிக் கொண்டே ருக்குவை விட்டுப் பிரிந்து நகர்ந்தாள் செம்பா.

காத்தாயி அம்மன் முன்னே நின்று பெரியம்மா உருக்கமாய் வேண்டிக் கொண்டிருந்தாள். "காத்தாயோட பச்சக் கல்லு அட்டிகை போன வருசம் களவு போனதுலேந்தே இப்புடித்தான் ஒன்னு மாத்தி ஒன்னு நடக்குது" என்றார் பூசாரி தாத்தா.

பெரியம்மா அருகே பெரியப்பா வந்தார். "மாவெளக்கு கொட்டுனா என்னா அதெல்லாம் ஒன்னும் ஆவாது கவலப்படாத" என்றவர் அடுத்த வேலைக்கு நகர்ந்தார்.

"நாளைக்குக் காலைல ஒங்க ரெண்டு பேர்ல யாரோ ஒருத்தருதான் உசுரோட இருப்பீங்க" என்று செம்பா கடைசியாய்ச் சொன்னது மட்டும் ருக்குவின் உடலெங்கும் எதிரொலித்துக் கொண்டே இருந்தது.

முத்தம் கேட்டது அவன் தவறு என்றால் கோவிலடியில் கொடுத்தது தன் தவறு என்று வயதுக்கு மீறி அறிவு வளர்த்தாள் ருக்கு. அவன் செத்துவிடுவானோ என்று யோசித்த போது அழுகையாக வந்தது. ஆனால் தான் செத்து விடுவோம் என்று நினைத்த போது அம்மாவும் பெரியம்மாவும் தாங்கவே மாட்டார்களே, பெரியப்பாவும் சேர்ந்து அழுவாரே, என்று கண்ணீர் விட்டு விம்ம ஆரம்பித்தாள் ருக்கு.

"அட்டிகயத் திருடுனவன் நல்லாவா இருப்பான்?" சுமதி அத்தை சாபமிட்டாள்.

யாருமில்லாத நேரம் பார்த்து ருக்கு பெரியப்பாவிடம் சென்று சோலைக்கு அவள் கொடுத்த முத்தம் பற்றிச் சொல்லி விட்டாள். பெரியப்பா சிரித்து முடிக்க நிமிடங்கள் ஆகின.

"அடக் கழுத அவன் கேட்டான்னா நீ குடுத்துட்றதா?!"

அமைதியாய் இருந்தாள் ருக்கு.

"சரி உடு. பயப்படாத. அதெல்லாம் ஒன்னும் ஆவாதுடி என் தங்கம். பெரியம்மாக்கிட்ட சொல்லிப்புடாத அவளுக்கு இதெல்லாம் புடிக்காது. கண்ட பயக்கிட்ட பழகுறியான்னு விலாசிப்புடுவா. போ வெளாடு. ஒன்னும் ஆவாதுடா தங்கம். ஆத்தா யாரையும் அபாண்டமா தண்டிக்க மாட்டா" சொல்லிக்கொண்டே வேட்டியை மடித்துக் கட்டிக் கொண்டு சாவடிப்பக்கமாக நடந்தார்.

பெரியப்பாவிற்கு வெளியூர் வேலை. அடிக்கடி வெளியூர் செல்வார். வரும்போதெல்லாம் பெரியம்மாவிற்குப் பிடித்த வாரப்பத்திரிக்கைகளுடன் வருவார். ருக்குவின் அம்மா அடிக்கடி சொல்வாள், "பெரியப்பா மாதிரி புருசன் கெடைக்க பெரியம்மா புண்ணியம் பண்ணிருக்கனும்" என்று.

காத்தாயி அம்மனின் கோபத்திற்கு ஆளாகும் இக்கட்டிற்குச் சோலைதான் காரணம் என்று முடிவெடுத்து அவனிடம் இனிப் பேசுவதில்லை என்று முகத்தில் அடித்தாற் போல் சொல்லிக் கிளம்பினாள் ருக்கு.

"ஒன் பெரியப்பா கரட்டாதான் சொன்னாரு. ஆத்தா அபாண்டமா தண்டிக்க மாட்டா" என்றான் சோலை.

ருக்கு அப்படியே நின்றாள்.

"அதெல்லாம் இல்லடா. ஆத்தா நிச்சியம் தண்டிப்பா" மணி உறுதியாகச் சொன்னான்.

அதைக் கேட்டதும் வெடித்து அழுது கோவில் பக்கமாக ஓடினாள்.

"என்னடா மணி! அந்தப் புள்ளய எல்லாருமா பயமுறுத்துறீங்க! இனி ஒனக்கும் எனக்கும் ஒன்னுமே இல்லடா" என்று சொல்லிக் கொண்டே தன் சைக்கிளை நோக்கி நடந்தான் சோலை.

பின்னாலேயே ஓடினான் மணி.

"டேய்! அதுக்குன்னு அந்தப் புள்ள பெரியப்பா சொன்னது சரியா? வேற ஆரும் சொல்லிருந்தா கூட சரிடா. அந்தாளு திருட்டுபய. ஆத்தா தண்டிக்கலங்குற தகிரியத்துல பேசுறான்."

"மணி! வேணாம். அன்னக்கி இருட்டுல பாத்தோம். அது அவருதான்னு சொல்ல முடியாது."

"நீ நடிக்காதடா சோல. ஒனக்கு நல்லாவே தெரியும் அது அவருதான்னு. எங்க சொல்லிட்டா ஒன் ஆளு தாங்காதுன்னு நைசா ருக்கு பெரியப்பா இல்லங்குற"

சோலை மேற்கொண்டு வாதிடாமல் சைக்கிளை எடுத்தான்.

"நான் சத்தியம் பண்ணி சொல்லுவேன் டா. வேற யாருக்கிட்டயும் சொல்ல மாட்டேன். ஆனா ஒன்கிட்ட அடிச்சி சொல்லுறேன். அட்டிகயக் களவாண்டது ருக்கு பெரியப்பாதான்" தன் சைக்கிளை நோக்கி சோலைக்கு எதிர்திசையில் நடந்தான் மணி.

கரிகாலன் கோவிலுக்குள் வந்ததும் அனைவரும் எழுந்து நின்றனர். ஊமச்சியும் பெரியம்மாவும் கரிகாலனைச் சட்டை செய்யவில்லை. வெள்ளை வேட்டியும் சந்தனச் சட்டையும்

மைனர் செயினுமாகப் பூசாரியின் விபூதித் தட்டில் சில நூறுகளைப் போட்டுவிட்டு தீபம் ஒற்றி திருநீறு இட்டுக் கொண்டான்.

நொண்டி வீரன் சந்நிதி நோக்கி நடந்தவன் வழியில் நின்ற ருக்குவைப் பார்த்தும் பார்க்காதது போல் தலையுயர்த்தி நடந்தான். நல்ல நிறமானவன் கரிகாலன். மீசையையும் தலை முடியையும் தவிர முகமெல்லாம் தங்க நிறமாகத் தெரிவான்.

யாரின் முன்னிலையிலும் பெரியம்மாவும் கரிகாலனும் பேசிக் கொண்டதில்லை. ஆனால் ருக்கு ஐந்தாம் வகுப்பு படிக்கும் வரையிலும் கரிகாலனும் பெரியம்மாவும் ருக்குவைச் சினிமாவிற்கு அழைத்துச் சென்றிருக்கின்றனர். பெரியப்பாவை விட கரிகாலன் ருக்குவை அதிகம் தூக்கி வைத்திருக்கிறான். பெரியம்மா அவனிடம் சிரித்த முகமாகவே இருப்பாள். பெரியப்பாவிடமோ அம்மாவிடமோ தனியாகத்தான் சினிமாவிற்குச் சென்றதாகப் பெரியம்மா சொல்லச் சொல்வாள்.

சில இரவுகளில் பெரியம்மா வீட்டில் கரிகாலனைப் பார்த்ததாக ருக்கு சொல்லும்போது, "கனவு" என்று பெரியம்மா அதைக் கலைத்துவிடுவாள்.

நொண்டி வீரனை வணங்கி நின்றவனை நோக்கி ஊமச்சி ஓடித் தன் உடைந்த வளையல் துண்டுகளைக் காட்டினாள். ஓசையெழுப்ப முடியாமல் ஊமையாகிப்போன ஒற்றை வளையல் மட்டுமே மிஞ்சிய வலக்கையை அவன் முன்னே செங்குத்தாகக் குலுக்கிக் காட்டினாள்.

அருகில் நின்ற சக பெரிய மனிதர்கள் அவளை அங்கிருந்து அப்புறப்படுத்திக் கரிகாலனுக்கு மரியாதையான நெரிசலற்ற பாதையை ஏற்படுத்திக் கொடுத்தனர்.

ஊமச்சி தலையில் அடித்துக் கொள்வதும் வயிற்றைத் தடவுவதுமாகக் கரிகாலன் சென்ற திசைக்கு எதிர் திசையில் ஊர்ந்தாள். ஊமச்சி உதறிச் சென்ற வளையல் துண்டுகளையே பெரியம்மா பார்த்துக் கொண்டிருந்தாள்.

இரவு எப்படியோ அதன் பொழுதிற்கு வந்து சேர்ந்தது.

“பெரியம்மா என்ன விட்டு எங்கயும் போயிராத. என் பக்கத்துலயே இரு” பெரியம்மாவின் கைகளைப் பற்றிக் கொண்டாள் ருக்கு.

“எங்கயும் போ மாட்டேன் டா ஒன் பக்கத்துலதான் இருப்பேன்.”

“பெரியப்பா இன்னும் வரல?”

“வருவாரு நேரமாகும். நீ கண்ணு மூடு”

ஓட்டு வீட்டின் சாமி மாடத்தில் எரிந்த நல்ல விளக்கு மொத்த வீட்டிற்கும், அங்குமிங்கும் உயர்ந்தும் தாழ்ந்தும் ஒளி கொடுத்தது. ருக்குவிற்குப் பெரியம்மா பிரகாசமாய்த் தெரிந்தாள். பெரியம்மாவிடம் பிரச்சனையைச் சொல்வோமா என பல முறைக்கும் மேல் தைரியத்தை வரவழைத்துப் பார்த்தாள். பயம் தெளியவே இல்லை. ஆண் பிள்ளைக்கு முத்தம் கொடுத்தேன் எனத் தெரிந்தால் பெரியம்மாவிற்குத் தன் மீதிருக்கும் அன்பு குறைந்துவிடுமோ என்ற அச்சம் வயிற்றிலிருந்து கழுத்து வரை ஏறி இருந்தது. கண்களை மெல்ல மூடினாள் ருக்கு. கண்களுக்குள் சற்று நேரம் அகல் விளக்கு ஆடியது. அதன் வெளிச்சம் பயணிக்கும் திசைக்கெல்லாம் மூடிய கண்களின் முழிகளை உருட்டிக் கொண்டிருந்தாள். பெரியம்மாவின் மருதாணிக்கை விளக்கின் திரியுடன் கூடி மொறுகலாய் ஒரு மணத்தைப் பரப்பிக் கொண்டிருந்தது.

காத்தாயி வலம் வரும் நேரம். குற்றங்களைக் குறைக்கப் புறப்படும் காரிருள் காலம். கனத்த உருவமொன்று கனமேந்தி நடப்பது போன்றதொரு நில அதிர்வுடன் சலங்கையொலி அவ்வீதியின் பிற சம்பவங்களை நிசப்தமாக்கியது. அசைபோட்டுக் கொண்டிருந்த மாடுகளும் அசைவற்று நின்றன. குறிப்பிட்டதொரு சுதியில் பெருநடையிட்டு உயரமான உருவம் ஒன்று கைவளை குலுங்க வீதிக்குள் நுழைந்தது. ருக்கு விழித்துக் கொண்டாள். அவளுக்கு நேராகத் தாழிடப்பட்ட வாசற் கதவு. ஆனாலும் இரண்டு கதவுகளுக்கும் இடையேயான இடைவெளியில் தெரு அப்பட்டமாய்த் தெரிந்தது. நிலவொளியில் நனைந்து கிடந்த வீதி கொளுந்தீயின் தகிப்பென சிவப்பாய் எரிந்தது.

சலங்கை நெருங்கிக் கொண்டே இருந்தது. காத்தாயி நடந்து வருகிறாள். வீட்டைக் கடக்கப் போகிறாளா? இல்லை தன்னை

வந்து தூக்கப் போகிறாளா? என ருக்கு வெள வெளத்துக் கிடந்தாள். பெரியம்மா அருகில் இருப்பது போல் இருக்கிறது ஆனாலும் பீதி தாளவில்லை. வாசலை நெருங்கிய சலங்கை அடுத்த அடி வைக்கவில்லை. காலைத் தூக்கிக் கீழே இன்னும் வைக்காமல் காத்தாயி எதையோ மோப்பமிடுகிறாள் என ருக்கு நினைத்துக் கொண்டாள். வயிற்றை முட்டிக் கொண்டு எல்லாமும் நின்றது ருக்குவிற்கு. சோலையை இனி பார்ப்பதே இல்லை என முடிவெடுத்து விட்டாள். "ஆத்தா! காத்தாயி ஒனக்கு பால்கொடம் எடுக்குறேன் என்ன உட்டுடு" எனக் கண்களை மூடி வேண்ட ஆரம்பித்தாள்.

வீதியை ஓங்கி மிதித்தாள் காத்தாயி. நல்லதொரு சத்தம். சலங்கை நிச்சயம் அவள் கெண்டைக் கால்களுக்கு மேல் ஏறி இறங்கியிருக்கும். கண்களைத் திறந்து கொண்டாள் ருக்கு. கதவிடுக்கின் வழி காத்தாயியைக் கண்டுவிடவும் அவளுக்கு அவலாசை. இடுக்கின் வழி வீதி போதுமான அளவு தெரிந்தது. அவள் படுத்திருக்கும் வாட்டத்திலேயே கால்களுக்கு நேராய் இருந்தது கதவிடுக்கு. சலங்கை நடந்தது. சரியாகக் கதவிடுக்கைக் கடக்கும் போது சட சடவென ஓட்டமெடுக்க இடுக்கின் வழியே கரிய உருவம் ஒன்று உள்ளே புகுந்தது. அது அசைவற்று அப்படியே நின்றது. பக்கத்தில் இருக்கும் பெரியம்மாவை எழுப்பி விட்டே ஆக வேண்டுமெனக் கைகளை மெல்ல செலுத்திப் பெரியம்மாவை நிமிண்டினாள் ருக்கு. பொசு பொசுவெனப் பெரியம்மாவின் உடல் உணர்வற்றுக் கிடந்தது. மேலும் அமிழ்த்திப் பார்த்ததில் அது பெரியம்மா அல்ல தலையணை என்று தெரிந்தது.

கதவருகே வந்த உருவத்தை வந்த வழியே அனுப்ப தன் மொத்த பலமும் கொண்டு போராடிக்கொண்டிருந்தாள் பெரியம்மா. "வெளியப்போடா நாயே" எனக் கேவினாள்.

"உத்தமின்னா நாலு வருசம் முன்னயே கதவடச்சிருக்கனும்டி. இப்ப என்ன புதுசா போத்துற" என்றான் கரிகாலன்.

"ஆமாடா நான் உத்தமி இல்லதான். இனி நாக்க தொங்கப் போட்டு இங்க வராத. மானங்கெட்டுப் போய்ருவ" என்று சொல்ல முடிந்தவளால் அதன் வழிப் பயணிக்க இயலவில்லை.

கதவில் முதுகைச் சரித்துத் தலையில் அடித்து அழத் துவங்கினாள். குத்திட்ட கால்களை மெல்ல நீட்டிப் புடவையை

நீக்கித் தன் தொடைகளைப் பார்த்தாள். மீள மீளப் பதிந்த பல நாள் பற்குறிகள் கோர்த்துக் காய்ந்து கிடந்தன. புடவையைப் போர்த்தி காயங்களை மறைத்து கால்களுக்குள் முழுதாய்ப் புதைந்து விம்மினாள். கண்ணீர் ஊறித் தொடைகளைத் தொட்டு ஊமச்சிக்காக ஈரம் கோர்த்தன.

கரிகாலன் போன திசைக்கு நேரெதிர் திசை வழியே பெரியப்பா வந்து சேர்ந்தார். அன்று எந்தப் பாசாங்கும் இல்லாமல் முழு உண்மையாய் பெரியம்மா வியர்த்திருந்தாள். பெரியப்பாவின் முன் சகதியில் புரண்டெழுந்த குத்து விளக்கு போல் பொலிவற்றுத் தொழுதாள்.

“என்ன மன்னிச்சிடுங்க, புத்தி தவறிட்டன்” எனப் பெரியப்பாவின் கால்களில் ஊமச்சியாய் ஒடுங்கினாள்.

பெரியப்பா நொண்டி வீரன் போல் அசையாமல் நின்றார். பெரியம்மாவின் தொழுகை மேலும் வீரியம் பிடித்தது.

“ஒனக்காவ நான் களவாண்டு வந்த காத்தாயி அட்டிகய எங்க வச்சிருக்க, எடுத்துட்டு வா.”

பக்கத்தில் படுத்துக் கொண்டு வெகு நேரம் பெரியம்மா அழுது கொண்டிருந்தாள். ருக்குவைக் கட்டியணைத்தவாறே விம்மிக்கொண்டிருந்த அவளின் மார்புகள் முன்பு எப்போதும் இல்லாத வகையில் புடைத்தடங்கின. காத்தாயிதான் பக்கத்தில் கிடப்பதாக நீண்ட இரவைக் கழித்தாள் ருக்கு.

நன்கு புலர்ந்த காலை சூரியனைச் சூடுவதற்கு ஈரத்தை உலர்த்திக் கொண்டிருந்தது. மெல்ல கண் திறந்தாள் ருக்கு. இம்முறை பூரணமான கண் விழிப்பு. உயிருடன்தான் இருக்கோமா எனத் தன்னைத் தானே பரிசோதித்துக் கொண்டவள் சோலையைப் பார்க்க வேண்டும் என வாசல் நோக்கி ஓடினாள். வாசலில் சைக்கிளில் சோலை நின்று கொண்டிருந்தான்.

“என்ன பயந்தாங்கொலி! நல்லா தூங்குனியா?” என்றான்.

அவனைப் பார்த்ததும் கைகளைக் கூப்பி கண் மூடி காத்தாயி அம்மனுக்கு நன்றி சொல்லிக்கொண்டாள்.

“நாந்தான் சொன்னேன்ல அதல்லாம் ஒன்னும் ஆவாது. எங்கம்மா சொல்லும் ஆருக்கும் கெடுத நெனக்காம இருக்கனும் அவ்ளதான்.”

மணி வேகமாக வந்து சைக்கிளை நிறுத்தியதில் கொஞ்சம் தள்ளிப்போய் நின்றது. "என்னடா இவ்வள அவசரம், உழுந்துருப்ப இன்னேரம்" என்றான் சோலை.

"கோயில் குளத்துல கரிகாலன் மாமா செத்துக் கெடக்காருடா, ஓடியா போய் பார்க்கலாம்" என்றவாறே மணி சைக்கிளைத் திருப்ப சோலையும் அவன் பின்னே சென்றான்.

அவர்கள் போய்ச் சேர்வதற்குள் கரிகாலனைக் கரையேற்றிப் போட்டிருந்தார்கள். ஒவ்வொருவரும் ஒவ்வொன்று பேசிக்கொண்டிருக்க கரிகாலனின் வெள்ளி அரணையில் காத்தாயி அம்மனின் அட்டிகை சுருக்கிட்டிருந்தது.

"அட்டிகய எடுத்த பாவம் சும்மா உட்ருமா! காசுக்கார கோவணத்துக்குக் காத்தாயி அட்டிய கேக்குது! தெய்வம் நின்னு கொல்லும்னு சும்மாவா சொன்னாங்க" ஊர்ப்பேச்சு காய்ந்த காட்டில் எவ்விய தீ போல வளர்ந்தது.

அட்டிகையைப் பார்த்து வாயைப் பிளந்த மணியைச் சோலை கோவில் பக்கமாக அழைத்துச் சென்றான். "நான் சொன்னேன்ல களவாண்டது ருக்கு பெரியப்பா இல்லன்னு."

மணிக்குக் குழப்பமாக இருந்தது. "காத்தாயிக்கு பவர் இல்லடா, ஒன்னயும் விட்ருச்சி அந்தாளயும் விட்ருச்சி" என்று சொல்லிக்கொண்டே கோவிலை விட்டு அகன்று வயலில் இறங்கி வரப்பில் ஏறினான் மணி. அவனுக்கு முன்னரே யாரோ ஓர் பெரிய ஆணின் ஈரக்கால் தடம் அவ்வரப்பில் ஊன்றி இருந்தது. தூரத்தில் ருக்குவின் பெரியப்பா ஊர் எல்லைதாண்டி மறைந்து கொண்டிருந்தார்.

❑

மைம்மா

மார்கழி என்றாலே தலைமாட்டில் கோலப் பொடியுடன் உறங்குவேன். முதலில் கோலத்தை முடிப்பது யார் எனும் போட்டியில் கிழவி பஞ்சவர்ணத்திற்கு முதல் பரிசும் எனக்கு இரண்டாம் பரிசும் வாயாற மட்டும் கிடைக்கும். கிழவி செத்தால் அந்த இடம் எனக்குத்தான். முதல் நாள் இரவே கிழவி கோலம் போடுகிறாளோ என நோட்டமிட எழுந்த ஒரு நடு ராத்திரியில் வெள்ளையாக ஏதோ ஒன்றைப் பார்த்ததில் இழுத்துப் போர்த்திய போர்வையை விடிந்துதான் எடுத்தேன்.

“ஆறாவதுதான் படிக்கிறா! முன்னேரத்துலயே எழுந்து ஊடு வாசலை எப்படி மொழுவி எடுக்குறா பாரு”ன்னு தெருவே என்னை மெச்சும்போது பெருமிதமாக இருக்கும். பக்கத்து வீட்டு சுதா அக்கா மட்டும் திட்டும். “இதெல்லாம் பண்ற நேரத்துல புத்தகத்தை எடுத்துப் படி”ன்னு குட்டு வைக்கும். “அந்த பஞ்சவர்ணி கூட மல்லுக்கு நிக்காத” என்று சொல்லிக்கொண்டே இருக்கும்.

அன்று அப்படித்தான் வாசலை அடைத்துக் கோலமிட்டு நிமிர்கையில் கிழவி பஞ்சவர்ணம் வாயில் பல் குச்சியுடன் நோட்டமிட்டுக் கொண்டிருந்தாள். பொழுது விடிவதற்கு முனகிக்கொண்டிருந்தது. அந்த மங்கொளியில் கிழவியின் வெள்ளைச் சட்டையை வைத்தே கிழவிதான் என்பதை உறுதிப்படுத்தியிருந்தேன்.

சாணித்தரையில் நெளிந்தோடிய கோல மாவில் கோலம் கூடுதல் அழகை வாங்கிக் குளிர்ந்திருக்கும். விடிந்தபின் அவ்வழகு சற்றுக் குறைந்திருக்கும் அதுபோக தப்பாய் இட்டக் கோடுகளை அழித்த தடயங்கள் வெளிச்சத்தில் பல்லைக்காட்டும்.

"ஏன் டி கோலத்தை இன்னும் பெருசாக்கிருக்கலாம்ல!" எதாவது நொடு நொட்டைப் படிப்பாள் கிழவி. நான் அவளுக்குப் பதிலேதும் தருவதில்லை.

தண்ணீர் வாளியைத் தூக்கி உள்ளே செல்லும்பொழுது அம்மா எழுந்து வந்துவிட்டாள்.

"இந்தச் சின்ன சிறுக்கி என்னைய மதிக்கவே மாட்றாடி! சாணியை நல்லா கரைக்காம பொறுக்கு மாதிரி கட்டியும் புட்டியுமா கரைச்சிப் போட்ருக்காளேன்னு கேட்டேன் வெடுக்குன்னு சிலுப்புறா" போன வாரக் கதையை அம்மாவிடம் பற்ற வைத்தாள் பஞ்சவர்ணி.

"பெரியவங்களுக்கு மரியாதை கொடுன்னு உன்னை எத்தனை தடவை சொல்லியிருக்கேன்!" அம்மா சிடுக்கினாள்.

கிழவியை அப்படியே மல்லாக்க ஒரு தள்ளு தள்ளிவிடனும் போல் இருந்தது. கிழவியை வெறித்துப்பார்த்துக் கொண்டிருந்தேன்.

'பட் பட்' எனத் தலையிலும் கன்னத்திலும் உயரத்திலிருந்த கனப்பொருள் ஏதோ விழுவது போல இருந்தது. அந்த அரை இருட்டிலும் கண்கள் இருண்டன. அம்மா தன் கைகளை அமிழ்த்தி விட்டுக் கொண்டாள்.

இந்தக் கிழவியுடன் அம்மாவைச் சேரவிடாமல் வைப்பது எப்படி என்றே தெரியவில்லை. ஆனாலும் எனக்கு அம்மை போட்டிருந்த காலத்தில் பஞ்சவர்ணிதான் தலைமாட்டில் உட்கார்ந்து கொண்டு முருகன் கவசம் படித்தாள். எந்தப் பலகாரம் செய்தாலும் தூக்கிக் கொண்டு ஓடி வருவாள். கிழவி தனிக்கட்டைதான் ஆனாலும் பத்து ஆளுக்குச் சமமாய்க் காரியங்களை முடிப்பாள்.

அம்மாவிடம் கோபித்துக் கொள்ளும் காலங்களில் அந்தக் குளத்தங்கரைதான் எனக்குக் கதி. சமீபத்தில்தான் படிக்கட்டுகளும் கட்டப்பட்டிருந்தன. அந்தப் புதுப்பூச்சில் குளத்து நீர் கிணத்து நீர் போல கலங்கப்படாமல் கிடந்தது. அதிகாலை நேரமது, குளத்து

மேடையில் யாருடைய அரங்கேற்றம் முதலில் எனக் குளத்து மீன்கள் படிக்கட்டுகளை விசாரித்துக் கொண்டிருந்தன. ஒவ்வொரு விசாரிப்பின் போதும் படிக்கட்டுகளிடம் பேச்சுக்கொடுத்தவாறே அதன் பாசிகளைச் சுரண்டிச்சென்றன. பெரிய மீன்களுக்கு அகங்காரம் இருக்கக்கூடும் போலும். படிக்கட்டுகளிடம் அவை பேசுவதே இல்லை. வலைக்காரன் வீசும்போதுதான் அவைகள் வசித்த விபரமே தெரியவரும். மீன்குஞ்சுகள் எது பற்றியும் கவலை கொள்வதில்லை. கடைசிப்படியில் உட்கார்ந்து கொண்டு கால்களைத் தண்ணீரில் நீள விட்டிருந்தேன். மீன்குஞ்சுகள் விரல்களைத் தின்றுக் கொண்டிருந்தன. கூச்சம் வயிற்றுக்குள் நீர்ப் பெருக்கியது. கால் நகங்களைப் பளிச்சென மினுக்கேற்றிக் கொடுத்தன மீன்குஞ்சுகள்.

யாருமற்ற அக்கணத்தை நானும் குளத்தங்கரையும் இடுக்கின்றிக் கையில் வைத்திருந்தோம். குளத்து நீரில் என் முகம் மஞ்சளெனக் குழைந்திருந்தது. முதல் நாள் இரவில், புதிதாய்த் தாலி கட்டிக்கொண்ட புவனா அக்காள் மஞ்சளை உரசிச் சென்றிருப்பாள். நான் காலை நனைத்ததில் மேலேறிய நீர், மஞ்சளை இழுத்துச் சென்றிருக்கும். என் முகவட்டத்தில் மட்டும் அம்மஞ்சளைப் பரப்பி வைத்திருந்தாள் குளத்தக்காள். மஞ்சள் திட்டுக்களை மெல்ல அப்புறப்படுத்திக் கொண்டிருந்தது காற்று. நீரலைகளில் பரிசிலென மிதந்து மிதந்து கரையொதுங்கிக் காட்டாமணிக்குச் சடங்கு செய்தது தடாகம்.

என் முதுகில் கதிர்படத்துவங்கிய இளம் சூட்டை யாரோ மறைப்பது போல் உணர்ந்து சட்டெனத் திரும்பினேன். மாராப்பைக் கீழே போட்டுவிட்டு சட்டை ஊக்குகளை விடுவித்துக் கொண்டிருந்தாள் பத்மா.

இந்தப் பத்மா வந்தாலே தெருப்பிள்ளைகள் அடித்துப் பிடித்து வீட்டிற்குள் ஓடுவர். பன்றிக்குக் குவிந்திருப்பது போன்ற குறுகலான உதடுகள். அவை சாயப்படாமல் இருந்தால்கூட தேவலாம் போல் இருந்திருக்கும். நாளெல்லாம் குதக்கிய வெற்றிலைச் சக்கையுடன், சுண்ணாம்புடன் சின்னப்பட்டு சிவந்திருக்கும் அந்த உதடுகளில் பற்று பற்றாய்ப் படிந்திருக்கும் தாம்பூலம் ஏடு ஏடாய் உதிர்ந்து கொட்டுவதைக் காணும்போது குமட்டிக்கொண்டு வரும். உதட்டின் ஓரம் துணுக்காய் ஒரு பிசிறு எப்போதும் துருத்திக்கொண்டே இருக்கும். இழுப்பி இழுப்பி முகம் முழுக்க குருதிக்கோடாய்க் கிழித்திருப்பாள்.

ஒரு நாள் அம்மாவிடம் பஞ்சவர்ணி இவளைப் பற்றிச் சொல்லக் கேட்டிருக்கிறேன். “ஊர்ல ஒரு ஆம்பளை உட்றதில்லை, உரிக்காத தேங்காய் மாதிரி மாரை வச்சிக்கிட்டு நடுக்கோடு காட்றமதிரி சாக்கெட்டு ஒன்னைப் போட்டுக்கிட்டு அங்க இங்கன்னு நிக்குறா! ஒரு நாளைக்கு ஆறு ஆம்பளையைத் தாங்குறாளாம். உலகம் தாங்காதுடி ஆயா இவ அடிக்கிற கூத்தை!”

அன்றிலிருந்து இந்தப் பத்மாவை எங்கு பார்த்தாலும் அவளை உற்று உற்று பார்ப்பது வழக்கமாயிற்று. ஒரு நாள் பால்வண்டிக் காரனுடன் சிரித்துச் சிரித்துப் பேசிக்கொண்டிருந்தாள். அழுக்கு மூட்டை போல் இருக்கும் அவளிடம் இவ்வளவு நெருக்கமாய்ப் பால்வண்டிக்காரர் எப்படிப் பேசுகிறார்! அவர் நல்ல நிறம். இஸ்திரி போட்ட சட்டைதான் போடுவார். அவர் போடும் ஜவ்வாதின் மணம் பாலை வாங்கிக்கொண்டு உள்ளே வரும்போது பால் சொம்பிற்குள்ளும் குதித்தே கூட வரும்.

“அவ பன்னிக்கறி திம்பாளாம்டி” அங்காடிக்குச் சென்ற ஒரு நாளில் வித்யா சொல்லிக்கொண்டு வந்தாள். வித்யாவின் அப்பாவை ஒரு நாள் இரவில் ஒரு வீட்டின் சந்திற்குள் இழுத்துப் போய்விட்டாளாம் பத்மா. வித்யாவின் அப்பா பயந்து விட்டாராம். அவள் அப்பாவின் வேட்டியை உருவிக்கொண்டாளாம். “அம்மா தலைல சத்தியம் பண்ணி சொன்னாருடி அப்பா! எங்கம்மாதான் உர்ருன்னே இருந்துச்சு.”

“அவ பன்னிக்கறி திங்குறதாலத்தான் அவ வாயி அப்டி இருக்குதோடி?” என்றேன் நான்.

வித்யாவிற்குத் தாங்கமுடியாத சிரிப்பொன்று அரை நிமிடம் நீடித்தது.

அவள் சிரிக்க வேண்டும் என்பதற்காக நான் அதைக் கேட்கவில்லை. உண்மையில் எனக்கு அந்தச் சந்தேகம் இருந்தது.

பத்மா எதிரே நடந்து வந்து கொண்டிருந்த ஒரு நாளில் அவளைத் தூரத்திலிருந்தே கவனித்து வந்தேன். அவள் உருவம் மட்டுமே புரிபட்ட அந்தத் தொலைவிலும் அவள் உடம்பிலிருந்து ஒரு வீச்சம் அடித்தது. அவளை இந்த ஆண்கள் என்னவெல்லாம் செய்வார்கள் என என் வயதைத் தாண்டியும் சிந்தித்து வைத்தேன். இவ்வளவு பருமனாக இருக்கும் இவளை இந்த ஆண்கள் எப்படிக் கையாளுவார்கள்!

இவளை எப்படி முத்தம் கொஞ்சுவார்கள்! அந்தப் பன்றிவாயைப் பார்த்தால் குமட்டுமே!

பால்வண்டிக்காரர் கச்சையாகக் கோடு போல் இருப்பார். பத்மா இறுக்கினால் அவர் ஒடிந்து போவாரே!

வழியில் இருந்த அம்மன் கோவிலுக்குள் அவள் சென்றதும் எனக்குப் படபடப்பாய் இருந்தது. சாமி இவளை எதுவும் செய்யாதா! சுத்த பத்தம் இல்லாதவளாயிற்றே! மனமுருகி வேண்டிக்கொண்டிருந்தாள். அந்த உதடுகள் எதையோ முணுமுணுத்தன. வேண்டுதலை முடித்துவிட்டு அங்கு கொட்டி வைக்கப்பட்டிருந்த விபூதியை எடுத்துப் பூசிக்கொண்டாள். அவளுக்கு எதிரே நின்று அவளை வேடிக்கைப் பார்த்துக்கொண்டிருந்த என் நெற்றியிலும் பூசி விட்டாள். எனக்கு என்ன செய்வதென்றே புரியவில்லை. அவள் என்னைத் தொட்டு விட்டாளே! நான் மறுபடியும் குளிக்க வேண்டுமே என அவள்மீது ஆத்திரமாய் வந்தது. அப்போதுதான் கவனித்தேன் அவளருகில் நின்றபோது அவள் மீது எவ்வித துர்வீச்சமும் இல்லை. கற்பூர மணத்தின் ஓங்கலினால் இருக்குமோ என்னவோ!

வாசலில் பூ விற்றுக் கொண்டிருந்த மருதாயிக்கு இடுப்பிலிருந்து உருவிய சுருக்குப்பையை விலக்கி இரண்டு நூறு ரூபாய்களை எடுத்துக் கொடுத்தாள் பத்மா. அதை வாங்கிக்கொண்ட மருதாயி அந்த ரூபாய் நோட்டுகளைக் கொண்டு கண்களைப் பொத்திக்கொண்டு உடலை குலுக்கிக் கொண்டிருந்தாள். ரூபாய் நோட்டுகளை அவள் இறக்கியபோதுதான் மருதாயி அழுதிருந்தது தெரிந்தது.

“ஆசுபத்திரிக்குப் புள்ளயத் தூக்கிப் போடி.. எத்தினி நாளைக்கு வச்சிருப்ப!” சொல்லிக்கொண்டே செருப்புகளை மாட்டிக்கொண்டு நடக்க ஆரம்பித்தாள் பத்மா.

இன்று குளத்தங்கரையில் நெஞ்சு மேட்டிற்கு மேல் கட்டப்பட்டிருந்த பாவாடையுடன் பத்மா தண்ணீருக்குள் இறங்கிக் கொண்டிருந்தாள். முதலில் கால் கட்டை விரலால் தண்ணீரின் குளிர்ச்சியைத் தொட்டுப் பார்த்தாள். பின் மெல்ல கால்களை இறக்கினாள். தண்ணீருக்குள் இரண்டு படிகள் மூழ்கியிருந்தன. ஒவ்வொரு படியாய் இறங்கினாள். குதிக்கால் முழுக்க வெடிப்பாய் இருந்தன. அதை மறைப்பதற்காகவே

மருதாணியை அப்பியெடுத்துச் சிவப்பாக்கி வைத்திருந்தாள். கொலுசுகளே இல்லாத ஆள் மயக்கி இவள்! தொடை அளவு இறங்கியதும் பாவாடை பலூனைப் போல உப்பிக் கொண்டது. குளத்து மூலையிலிருந்தெல்லாம் ஓடி வந்த காற்று அவள் காலிடுக்கில் நுழைவதற்காய்ப் போராடிக்கொண்டு பாவாடைக்குள் புகுந்திருந்தது. மேலிருந்து பாவாடையை மெல்ல தடவிக்கொடுத்து அடைபட்டிருந்த காற்றை வெளியேற்றினாள். பாவாடையும் அவளும் ஒன்றென ஒட்டிக்கொண்டனர். தண்ணீருக்குள் இடுப்பைச் செலுத்திக்கொண்டிருந்தாள். ஏதோ ஒன்றில் நீர் ஊடுருவி அவள் அடிவயிற்றைக் கிழித்திருக்கும் போலும், எதிலோ குத்துபட்டவள் போல உடலைச் சிலிப்பினாள். தண்ணீர் உயர்ந்து கொண்டே வந்தது. இடுப்பு, வயிறு, நெஞ்சு கழுத்து என்று அவளை விழுங்கியிருந்தது.

அள்ளி முடிந்திருந்த அந்தச் செம்பட்டைக் கூந்தலை அவிழ்த்து விட்டாள். எண்ணெயே காணாத வறண்ட சிகையது. தண்ணீரில் காகிதம் போல் மிதந்தது. தண்ணீருக்குள் மூழ்கவே இல்லை அது. மூக்கைப் பிடித்துக்கொண்டு முங்கினாள். முழுவதும் ஈரமாய்க் கண்களிலிருந்து நீரை வழித்துக் கொண்டு வெளியே வந்தாள். ஈரப்பாவாடையில் அவள் அங்கமெல்லாம் கோடு கொண்டு வரைந்தாற்போல் படு துல்லியமாய்த் தெரிந்தன. என்னைப் பார்த்துச் சிரித்தாள். நான் முகத்தை மாற்றவே இல்லை. அப்படியே சலனமற்று அவளைப் பார்த்துக் கொண்டு இருந்தேன்.

பஞ்சவர்ணி சொன்னதுபோல் தேங்காய்கள்தான் அவை. எப்படித் தாங்குகிறாள் இவள்! காலம்பூராவும் இந்த எடையைச் சுமந்து கொண்டே திரிய வேண்டுமே இவள்! கடைசிப்படிக்கட்டில் உட்கார்ந்து கொண்டு உடுத்தியிருந்த துணிகளைத் துவைக்க ஆயத்தமாயிருந்தாள். துணியை வைக்கும் இடங்களைத் தேங்காய் நாரைக்கொண்டு தேய்த்துக் கழுவிச் சுத்தப்படுத்தினாள். துணிகளைப் பலமுறை கசக்கித் தண்ணீருக்குள் முக்கி அலசி எடுத்துச் சுத்தமான இடத்தில் பிழிந்து வைத்தாள். தான் போட்டு வந்திருந்த செருப்பைத் தேய்த்துக் கழுவினாள். அது ரப்பர் செருப்புதான்.. தண்ணீருக்குள் விட்டு எடுத்தாலே சுத்தமாய்ப் போகும். ஆனாலும் துணிசோப்பைக் கொண்டு கழுவிக் காய வைத்தாள். துணியின் நுரைகள் அப்பால் போகுமாறு தண்ணீரைத் தள்ளித் தள்ளிக் கண்களுக்குத்

தெரிந்த அழுக்குகளை அப்புறப்படுத்தினாள். அந்தத் தூய நீரில் நீராடினாள்.

வெள்ளரிக்காய் மொத்தத்தில் உருண்டையான நார் ஒன்றை எடுத்து வந்திருந்தாள். அதைத் தண்ணீரில் நனைத்துக் குளியல் சோப்பில் துவைத்து மேனியெங்கும் தேய்த்தாள். கைவிரல் இடுக்குகளைக்கூட அவ்வளவு மினுக்கிட்டுக் குளிப்பாட்டிக் கொண்டிருந்தாள். யாரும் பார்க்காதவாறு தண்ணீருக்கடியில் சென்று இடுப்பிற்கு கீழ் நாரை வைத்துத் தேய்த்து ஏறினாள். பின்னங்கழுத்தை அவள் சொறிந்த விதத்தில் நிச்சயம் குளத்து நீர் சிவப்பாகும் எனக் காத்திருந்தேன். குளித்து முடித்துக் குளியல் நாரைக் கழுவி படிக்கட்டில் வைத்தாள். அது மீண்டும் விரைத்துக் கொண்டு பழைய நிலைக்கு வந்தது. அந்த நாரை நீட்டிப் பிடித்து என் முகத்தருகே மேலும் கீழுமாய் ஆட்டிச் சிரித்தாள். அதில் சிரிக்க ஒன்றுமில்லாததாய் முகத்தைத் திருப்பிக் கொண்டேன்.

எவ்வளவு சுத்தமானவள் இவள்! இவளைத் தொட்டாலா தீட்டு என்றாள் பஞ்சவர்ணி! அவள் மேனியெல்லாம் குளியல் சோப்பு மணக்கிறதே! இந்த மணம் நிச்சயம் பால்வண்டிக்காரனை மயக்கித்தான் இருக்கும். இவளையா அழுக்கு மூட்டையென ஒதுக்கி வைத்தாள் அம்மா! அம்மா கூட இவ்வளவு சுத்தமாய்க் குளிக்க மாட்டாளே! கால் செருப்பைக் கூட இப்படிக் கழுவ மாட்டாளே!

டீக்கடை மாமாவும் பத்மாவைக் கடைக்குள் அனுமதிக்க மாட்டார். “அங்கேயே நில்லுடி மூதி, ஆட்டிக்கிட்டு வர” என்று தெருவிலேயே நிற்க வைத்து கண்ணாடி டம்ப்ளரில் கொடுப்பார். அவள் குடித்த டம்ப்ளரை அவளேதான் கழுவி வைக்க வேண்டும். அதையும் தண்ணீர் தெளித்துதான் மாமா எடுப்பார்.

அம்மா மாதாமாதம் மூன்று நாட்கள் தனியாகப் படுக்கும்போது காரணம் கேட்கும் தம்பியிடம் பத்மாவைத் தொட்டு விட்டதாகச் சொல்லி ஒதுங்குவாள். பத்மா என்றாலே பெருந்தீட்டு.

தம்பியும் நானும் குளத்திற்குக் குளிக்கச் சென்ற நாளொன்றில் பழக்கப்பட்ட ஆழம் தாண்டி ஒவ்வொரு அடியாய் வைத்து நகர்ந்து பார்த்தேன். வேண்டாமென்று சொல்லிக் கொண்டே தம்பி கடைசிப்படியில் நின்று கொண்டான். நீந்துவதாய்க் காலை உந்தி

மேலே மிதந்த நான் மெல்ல சில தூரம் கைகளை வீசி நகர்ந்தேன். உடல் மிதப்பது போல் தெரிந்து நீந்துவதாய் மகிழ்ந்தேன். அதுவரை அசைந்து கொண்டிருந்த குளம் பனிப்பாறை போல் அசைவற்று உறையத் துவங்கியது. கழுத்துவரை இருந்த தண்ணீர் மூக்கு, கண் என மூடிக்கொண்டிருந்தது. குதித்துக் குதித்து மேலே உயர போராடியதில் குளத்து நீரை மடக்கு மடக்கு எனக் குடித்து விட்டேன். ஒரு வாய்க்கெல்லாம் குடல் மொத்தமும் நிறைந்தது. அடுத்த வாய்க்குத் தொண்டை வழிவிடாமல் மூச்சுக்குழாயெங்கும் குளமாய் இருந்தது. தண்ணீருக்குள் மூழ்கிக் குளத்தின் பக்கவாட்டுகளை அகண்ட கண்களுடன் பார்த்தவாறே உள்ளே சென்று கொண்டிருந்தேன். மூச்சுத் திணறிய அக்கணத்திலும் தீபாவளிக்கு அம்மா வாங்கி வந்திருந்த பட்டுப்பாவாடையைப் போட்டுக்கொள்ள நான் இருக்கப் போவதில்லை எனத் தெளிவாய்ப் படிந்து கொண்டிருந்தேன். சாவைப் பார்த்தே விட்டேன். அது கலங்கலாகவும் தொட்டால் விலகுவதாகவும் இருந்தது. என் கொத்து முடியை ஏதோ ஒன்று இறுக்க அடிமயிரெல்லாம் அறுகத் துவங்கியது. கீழிருந்து மேலே வந்து கொண்டிருந்தேன். ஒவ்வொரு முடிக்கும் ஒரு கத்தி குத்தப்பட்டது போல் நெற்றியிலிருந்து ஏதோ வழிந்தது. தொட்டுப் பார்த்தேன் பிசுக்கவில்லை.

கண்களைத் திறந்த போது குளம் என் முன் பணிந்து கிடந்தது. கடைசிப் படிக்கட்டில் மூச்சுத் திணறுலுடன் செருமிக் கொண்டிருந்த என் முதுகில் பத்மா ஓங்கித் தட்டினாள். 'லொபக்' எனக் குடித்த நீரைக் கக்கிக் காட்டினேன்.

"தண்ணிக்குள்ள என்னாடி வெளாட்டு! பாடையைக் கட்டிருக்க வேண்டிது!" பத்மா சிரித்தாள்.

பத்மாவின் உதடுகள் என் ஈரக்கண்களுக்கு மீன் வாயாகத் தெரிந்தன. வெற்றிலையில்லாததால் கூட அப்படித் தெரிந்திருக்கலாம்.

அம்மாவும் தம்பியுமாக ஓடி வருவது தெரிந்தது. என்னை இழுத்து கன்னம் மாற்றி கன்னம் அறைந்தாள் அம்மா. பத்மா கண்டுகொள்ளவே இல்லை. அவள் தன் குளியல் வேலையில் மும்முரமாய் இருந்தாள். என்னைத் துவட்டி ஆசுவாசப்படுத்தி அணைத்துக் கொண்டாள் அம்மா. "பத்மா இல்லேன்னா நீ செத்துருப்ப என்றான்" தம்பி.

குளித்து முடித்துக் கரையேறிய பத்மாவிடம் அம்மா ஐம்பது ரூபாயை நீட்டினாள். ஐம்பது ரூபாயை ஒரு முறையும், என்னை ஒரு முறையும் பார்த்தாள் பத்மா. ஈரத்துணிகளைத் தோளில் போட்டுக்கொண்டு தண்ணீர் சொட்டச் சொட்ட இடுப்பை வெட்டி வெட்டி நடந்து சென்றாள்.

"அம்பது ரூவாயை நீட்னா எப்புடி வாங்குவா அவ? நீ நூறு ரூவாயா நீட்டிருக்கனும்" பஞ்சவர்ணி வழக்கம்போல் நுணுக்கம் சொன்னாள்.

❏

தேமாக்காதல்

மஞ்சள், ஊதா, இளஞ்சிவப்பு மற்றும் பச்சை நிற வாத்துகள். மொத்தம் நான்கு வாத்துகள். ஒவ்வொரு வாத்திற்கும் இடையே அளந்து வைத்தாற்போல் தாமரை இலைகள். வாத்துகள் நடக்கவும் இல்லை நீந்தவும் இல்லை. வீட்டு வாசலில் ஈரமான சிமெண்ட் தரையில் தரையோடு தரையாக ஒட்டிக்கிடந்தன. இன்னும் அவைகளுக்கு அலங்காரம் தேவையா என கலர் பொடி படிந்த கைகளைக் கன்னத்தில் வைத்தாற் போல் கண்கள் அகன்று நின்றிருந்தாள் வேம்பு.

மேற்குப் பக்க வாத்தின் அடிவயிற்றை ஒட்டினாற் போல் ஒரு காரின் சக்கரம் தன் சுழற்சியை நிறுத்தியது. வேம்பு புருவம் குறுக்கினாள்.

ஓட்டுநர் இருக்கையிலிருந்து அன்பு இறங்கினான்.

"என்னக்கா... வேம்பக்கா எப்டி இருக்கிங்க? பயந்துட்டீங்களா?"

"அட, அன்பு! நீயா! வரேன்னு சொல்லவே இல்ல!." வேம்பின் முகமெல்லாம் வண்ணம்.

"போன் பண்ணி சொல்லக்கூட நேரமில்லக்கா" என்று சொல்லிக்கொண்டே காரின் பின்னிருக்கைக் கதவைத் திறந்தான் அன்பு.

பொழுது இன்னது எனச் சூரியனோ, குளிரோ தொட்டுச் சொன்னால் கூட உணர இயலாதவளாய் அயர்ந்து தூங்கிக் கொண்டிருந்தாள் விஜி.

“விஜிம்மா டேய் எந்திரிடா, வந்துட்டோம். வா வந்து நம்ம வீட்டைப்பாரு” அன்பு விஜியை எழுப்பினான்.

அன்பின் அப்பா கட்டிய வீடு அது. அந்த வீட்டை வேம்புதான் பராமரித்து வருகிறாள். அன்பு வெளிநாடு, மாநகரம் என வாழ்வின் நகர்வாகக் கழித்துக் கொண்டிருந்தான். அவன் பெற்றோருக்குப் பின் அந்தக் கிராமம் அவனுக்குப் பண்டிகை கால நினைவேடு. தலை தீபாவளிக்கு ஊரடைய வந்திருந்தான்.

தூக்கத்திலிருந்து தன்னை விடுத்திக் கொள்ள கண்களைக் கசக்கி விழித்தாள் விஜி. பின்னிருக்கை முழுவதையும் அடைத்துக்கொண்டு வசதியாகக் கால் நீட்டித் தூங்கி வந்திருக்கிறாள்.

படுக்கை வாட்டத்திலேயே பார்த்ததில் கால்பக்கமாக நின்றிருந்த வேம்பு தெரிந்தாள். புது இடம் புது ஆள் எனச் சுதாரித்தவளாய் பட்டென எழுந்தாள் விஜி.

தன் கலைந்த கூந்தலைச் சீர்படுத்தியபோதுதான் முழு விஜியும் தென்பட்டாள். கறுத்த திருவாசிக்குள் வெண்கலத்து அம்மன் வெளிப்பட்டது போல் இருந்தது வேம்பின் பார்வைக்கு.

பெண்ணெனும் ஓர் இனத்தை அப்போதுதான் அறிந்தவளாய் நிகழ்நொடி பிரிந்தவளாய்த் தொலைந்திருந்தாள் வேம்பு. உண்மையில் அழகி வேம்புதான். வட்ட முகத்தில் கன்னத்து மேடுகள் மினுமினு என மினுக்கும். அவளின் அகலமான கண்கள் முகத்தின் பாதியைப் பிடித்திருக்கும். அந்த ஊரைப் பொறுத்தவரை அழகிப்பட்டம் வேம்பிற்குத்தான்.

“அக்கா இதான் விஜி. என் வொய்ப்” அன்பு வேம்பை மீட்டான்.

“வா விஜி” அழைத்தாள் வேம்பு. பதிலுக்கு ஒரு புன்முறுவலுடன் வேம்பைக் கடந்தாள் விஜி.

அன்பின் பெரியப்பா மகள்தான் வேம்பு. திருமணம் வேண்டாம் எனப் பிடிவாதமாய் மறுத்து விட்டாள். ஒரே மகள் ஒத்துழைக்காத மனக்குமுறலுடனேயே அவள் தாய் தந்தை அடுத்தடுத்து மறைந்தனர். அன்பு வீட்டிற்கும் பக்கத்து ஓட்டு வீடுதான் வேம்புவினுடையது. இப்போது அந்த இரண்டு வீடுகளும் வேம்பிற்கானது. வயல்களைப் பராமரித்துக்கொண்டும்

மாடுகளைக் கவனித்துக் கொண்டும் தனிமை தெரியாமல் வாழ்ந்து வருகிறாள் வேம்பு.

"நான் குளிக்கனும்" என்றாள் விஜி.

கிராமத்து வீடானாலும் சகல வசதிகளுடனும் அந்த வீடு நின்றது. மாதம் இருபதாயிரம் ரூபாய் வேம்பிற்கு அனுப்பி வைப்பான் அன்பு. அது போக மராமத்துப் பணிகளுக்குத் தனி தொகை. விளைச்சல், இலாபம் என எல்லாம் வேம்பிற்குத்தான். அது பற்றிய சிறு உரையாடலிற்குக் கூட அன்பு முன்னெடுக்க மாட்டான்.

விஜிக்குக் குளியலறையைக் காட்டினாள் வேம்பு. அன்பிற்கு ஒரு முக்கியமான அழைப்பு வந்தது. போனைப் பேசிக்கொண்டே தென்னந்தோப்பிற்குள் மறைந்தான்.

குளித்து முடித்துத் துண்டுடன் வெளியேறிய விஜி "வேம்பக்கா, என் பேக்லாம் உள்ள வந்துட்டா?" என்று கேட்டாள்.

"அந்த பீரோ ரூம்ல வெச்சிட்டேன்" குரல் மட்டும் கொடுத்தவளாய்ச் சமையல் வேலையில் மும்முறமானாள்.

கூந்தலை உதறிக்கொண்டே வேம்பின் அருகில் வந்து நின்றாள் விஜி.

"என்னக்கா செய்றீங்க? நான் எதாச்சும் செய்றேன். சொல்லுங்க என்ன செய்யனும்?"

"அதெல்லாம் ஒன்னும் வேணாம் விஜி, முடிஞ்சிருச்சி எல்லாம், நீ போய் டேபிள்ல உட்காரு, சாப்பாடு ரெடி, நான் போய் அன்பைக் கூப்ட்றேன்."

அன்பும் வந்துவிட்டான். மூவருமாகக் கிராமத்துக் கதை, பங்காளிகள் பகை எனப் பேசியவாறே ஆளுக்கு ஐந்து இட்லிகளை முடித்தனர்.

நெருக்கமாக இருந்த விஜியின் கண்ணிமைகளைப் பேச்சுக்கொடுத்தவாறே வேம்பு கவனித்துக் கொண்டிருந்தாள். கறுப்பான கொத்துக் கதிர், தூற்றலுக்குக் குனிந்து நிமிர்வது போன்ற விஜியின் கண்ணசைவுகளால் வேம்பு மனதின் நெல் மணிகள் வெளவெளத்துக் கொட்டின.

மறுநாள், “பக்கத்து டவுனுக்கு ஒரு வேலையா போறேன் நீயும் வரியா விஜி?” என்று கண்ணாடியைப் பார்த்துத் தலைமுடியை ஏற்றிச் சீவிக்கொண்டே கேட்டான் அன்பு.

“இல்ல அன்பு நான் வரல, அங்க கூப்டுட்டுப் போயும் எதாச்சும் போன்தான் பேசிட்டு இருப்ப! நான் போர்செட்டுக்குப் போகப் போறேன், வேம்பக்காவோட.”

“சரி, எஞ்சாய் யுவர் டே.”

மாற்றுத்துணி, துண்டு, சோப்பு என போர்செட்டுக்கான ஏற்பாடுகளோடு வேம்பும் விஜியும் வரப்பில் நடக்க ஆரம்பித்தனர். விஜி முன்னே வேம்பு பின்னே.

காதில் போட்டிருந்த அந்த ஒற்றைக்கல் சிறிய தோட்டையும் கழற்றி இருந்தாள் விஜி. அவளின் மாநிற மேனியில் உலோகங்கள் எதுவுமே இடம்பெறவில்லை. அள்ளி முடிந்த கொண்டையினால் பின்னங்கழுத்துத் தடையின்றித் தெரிந்தது. அதற்குக் கீழே கருவம் பிஞ்சை உதிர்த்தாற்போல் பூனை முடிகள் அவள் மேனிக்குள் நுனிபணிந்து கிடந்தன.

விஜியின் பின்னங்கழுத்தை முத்தமிட வேண்டும் போல் இருந்தது வேம்பிற்கு.

“எது என்னை உசுப்புவது.”

வேம்பு தன்னைத்தானே கட்டுப்படுத்திக் கொண்டாள்.

விஜியைப் பார்த்த நொடியே தோன்றிய எண்ணம்தான் அது. இந்த முத்தத்தை ஏன் கேட்கிறது மனம்! குழம்பித்தான் இருந்தாள் அவள். அடிவயிற்றில் ஏதோ ஒரு சூடு விஜியைக் கண்ட கணம் முதல் வேம்பைக் கவ்வியிருந்தது.

பல வருடங்களுக்கு முன்னே சுட்ட சூடு அது. அன்று ஊர்த் திருவிழாவிற்கு நாடகம் போட்டிருந்தனர். மதுரை வீரன் நாடகம். ஊரில் எல்லோரும் பாயும், விரிப்புமாக வந்து இடம் பிடித்து வாட்டமாக படுத்துக் கொண்டு நாடகம் பார்த்தனர். தெரு பெண்களோடு வேம்பும் படுத்துக்கொண்டு நாடகம் பார்த்துக் கொண்டிருந்தாள். ஒரு மாட்டுவண்டிக்கு அருகே அவர்களின் கூட்டம் கூடாரம் அமைத்திருந்தது. பனி, சாரல் என்று வேம்புவை மாடு இல்லாத ஒரு மாட்டு வண்டிக்கு அடியில் படுக்க வைத்தனர். அப்போது வேம்பிற்கு

எட்டு வயதாக இருக்கலாம் ஆனால் பத்து தாண்டவில்லை. நேரம் ஆக ஆகக் கூட்டம் கொஞ்சம் கொஞ்சமாக அந்த மாட்டு வண்டிக்கு அடியில் தஞ்சம் சேர்ந்தது. நாடகம் நடந்து கொண்டேதான் இருந்தது. நாடகத்தின் மீது காதல் கொண்டிருப்பவர்களைப் பனியோ மழையோ பாதிப்பதில்லை. ஒரு சிலர் பார்த்துக்கொண்டிருக்க பலரும் தூங்கி விட்டனர். வேம்பு முதல் காட்சிக்கே தூங்கி விட்டாள். ஏதோ நாயொன்று அவளின் மூக்கையும் தாடையையும் நக்குவது போல் இருந்தது. தூக்கத்தின் உச்சத்தில் இருந்த வேம்பால் அவ்வளவு வீரியமாய் அந்த நாயைத் துரத்த முடியவில்லை. மெல்ல மீண்டு கொண்டிருந்தாள். தன் கைகளை உயர்த்த முயற்சித்தும் அவை இசையவில்லை. அதற்குள் அந்த நாய் அவளின் கழுத்தில் இறங்கி கூர் தேடிக்கொண்டிருந்தது. முழு மூச்சையும் உள்ளிழுத்தவளாய்ச் சுடு இரத்தத்தை வெளிக்கொட்டுபவளாய் வலக்கரம் வளர்த்து நாயை உதறினாள். அதுவரை அவளின் தொடைக்குள் இருந்த கண்ணாடி வளையல்கள் கீறிட்டுத் தள்ளிப்படுத்தன.

“அக்கா இந்த போர்செட்டை சுத்தியிருக்குற எல்லா வயலும் நம்மளுதுதான?” விஜி கேட்டாள்.

“ஆமா விஜி, சினிமாவுல சொல்லுவாங்களே கண்ணுக்கு எட்டுன வரைக்கும் நம்மளுதுதான்னு, அப்டியே நமக்குப் பொருந்தும்” வேம்பு சிரித்தாள்.

“ஆனாலும் அக்கா உங்களைப் பாராட்டியே ஆகனும். இவ்ளோ பெரிய மேனெஜ்மெண்டை எவ்ளோ நேர்த்தியா செய்றீங்க! அன்பெல்லாம் தலையைப் பிச்சுக்குவான். இந்த வயக்காட்டெல்லாம் பார்த்துக்குற பொறுமை அன்புக்குக் கெடையாது.”

“அது உண்மைதான் விஜி. அவனுக்கு அது செட் ஆகாது, வயக்காட்டோட ஒட்டவே மாட்டான். ஆனா அவன் என் முடிவுல தலையிடவும் மாட்டான்” தம்பியை விட்டுக் கொடுக்காமல் பேசினாள் வேம்பு.

“அன்பு அடிக்கடி சொல்வான், வேம்பக்கா இருக்குறதால கிராமத்துப் பத்தியோ சொத்து பத்தியோ கவலையே இல்லன்னு.”

இந்தப் பேச்சுக்களூடே இருவரும் போர்செட் தண்ணீர்த் தொட்டிக்குள் இறங்கி இருந்தனர்.

ஆறு அங்குல வாயின் வழியே பம்புசெட் நிலத்தடி நீரைக் கக்கிக் கொண்டிருந்தது. நைட்டியுடன் அதன்முன் நெஞ்சை நிமிர்த்தி முன்னேறிய விஜி பின் ஏதோ நினைத்தவளாய்த் திரும்பிக் கொண்டாள். முதுகில் பெரிய கதையால் யாரோ அடிப்பது போல் இருந்தது அந்தக் கனத்த ஜில் நீர்.

“அய்யோ! சூப்பரா இருக்கு! தண்ணி ஜில்லுன்னு இருக்குக்கா, எனக்கு இதான் மொதோ தடவ. இந்த மாதிரி வயக்காட்டுக்கு நடுவுல போர்செட்ல குளிக்கனும்னு குஷ்பு பாட்டு பார்த்ததுலேந்து ஆச.” விஜி இயற்கையோடு இளகி இருந்தாள்.

தொட்டியின் முடுக்கில் அமைதியாக விஜி சொல்வதற்கெல்லாம் பதிலோ, வினாவோ விடுக்காமல் தொட்டி நீரைச் சலம்பிக் கொண்டிருந்தாள் வேம்பு.

“அக்கா நீங்கதான்கா வாழ்க்கையை உங்களுக்குப் புடிச்ச மாதிரி வாழ்ந்துட்டு இருக்கீங்க, எனக்கெல்லாம் இன்னும் அஞ்சு வருசம் கழிச்சிதான் கல்யாணம் பண்ணிக்கிற ப்ளான், எங்கப்பா ஒத்துக்கல, அன்பும் ஒத்துக்கல.”

“அன்பும் நீயும் லவ் மேரேஜா? நான் உங்க கல்யாணத்துக்கு வரலல்ல!” வேம்பு கேட்டாள்.

“இல்லக்கா, லவ்லாம் இல்ல. அப்பாவும் அன்போட பாசும் பார்ட்னர்ஸ். அப்பாவுக்கு அன்பை விட மனசில்ல. அதான் என் தலைல கட்டிட்டாரு” என்று சிரித்தாள்.

“நேரமாச்சு விஜி, வா போகலாம். சமையல் ரெடியாகிருக்கும் போன உடனே சாப்ட்றலாம்” விஜியைக் கிளப்பினாள் வேம்பு.

“எப்டிக்கா? நாமதான் இங்க இருக்கோமே! சாப்பாடு எப்படி ரெடியா இருக்கும்?”

“காவேரி சமைச்சிருப்பா. அவளைச் சமையலுக்குப் போட்ருக்கேன்.”

“வாவ்! சூப்பர் கா! என்னா ப்ளானிங்! குளிச்சதும் பசிக்கும்னு தெளிவா இருக்கீங்கக்கா. இந்தக் களைப்புல சமையக் கட்டுக்குள்ள நுழையவே முடியாது. அன்பு இப்டில்லாம் ப்ளான்

பண்ணவே மாட்டான்கா. லவ் யூக்கா" என்று ஈரத்துணியுடன் வேம்பைக் கட்டி முத்தமிட்டாள் விஜி.

அவள் கன்னம் விட்டு விஜியின் உதடுகள் சற்றுத் தாமதமாகப் பிரிந்த விபரம் வேம்பின் கன்னத்தில் திட்டாக இருந்தது. விஜியை இறுக்கமாய் அணைத்துக்கொள்ள வேண்டுமாய் இருந்தது வேம்பிற்கு.

இரவு நேரங்களில் மொட்டை மாடியில் தூங்குவதுதான் வேம்பின் வழக்கம். விஜிக்கும் அது பிடித்திருந்தது. அன்பு இதையெல்லாம் விரும்பாதவன். ஏசியை விட்டுப் பிரிந்தால் அவன் தூக்கம் அவனுக்கில்லை.

பத்து நாட்களாகவும் வேம்பின் தலையணையும் விஜியின் தலையணையும் ஒன்றுதான் என ஆகியிருந்தது. இரவில் மொட்டை மாடியில் படுத்தபடியே நட்சத்திரங்களை இணைத்து வேண்டுமானதை வரைந்து கொண்டார்கள் இருவரும். தனது இருபத்தி நான்கு வருடக் கதையையும் வேம்பிடம் சொல்லியிருந்தாள் விஜி.

விஜியை இடைமறிக்காமல் மொத்தமாக வாங்கிக் கொண்டாள் வேம்பு. விஜியைப் பிரிவது இனி வேம்பிற்கு இயலாத காரியம். விஜியின் அணுக்கமும், தூக்கம் முற்றிய சாமத்தில் அவளின் வாசமும் வேம்பை இனி தனிமைக்கு வீசாது.

அன்பு அழைத்தால் அவனுடன் செல்ல மறுக்கும் மனநிலைக்கு விஜியும் மாற்றம் கண்டிருந்தாள். அதற்கு ஏற்றார் போல் அன்பிற்கு ஒரு அவசர அழைப்பு, அவன் கனடா செல்ல வேண்டிய சூழல். மூன்று மாதங்கள் ஆகும் திரும்ப. ஏற்கனவே எடுக்கப்பட்டிருந்த முடிவின்படி விஜி அன்புடன் செல்லவில்லை. நகரத்து அடுக்கு மாடியில் தனித்து விடப்படும் அவளைக் கிராமம் இளம்பச்சையில் சீராட்டியது.

வேம்பின் கனவிற்குக் கனிந்த காலமாய் அமைந்தது அந்த நாள்கள். விஜியிடம் தன் காதலை எப்படியும் உட்செலுத்துவது என ஒத்திகை பார்த்தவாளாய்த் திணறினாள் வேம்பு. விஜியின் அசைவற்ற தூக்கத்தில் காதலைக் கடத்தியது போதவில்லை அவளுக்கு.

அன்பிற்குத் தெரிந்தால் தன்னைப் பற்றி என்ன நினைப்பான்! என்ற தவிப்பும் வேம்பிற்கு இல்லாமல் இல்லை. இது கேவலமாய்ப் பார்க்கப்படும் காதல்! எல்லோரும் காரித் துப்புவார்களே!

விஜி ஏற்றுக்கொண்டால் எந்தத் தீங்கும் இல்லை. இக்காதல் தானாய்த் தகிக்கும் கருவின் தனல். மண்கொண்டும் மூட முடியாத கொடுந்தனல். அடுத்தக்கட்டத்திற்கு வேம்பின் காதல் முன்னேறியது.

விஜியும் வேம்பும் வயக்காடும் வரப்புமாக வளர்ந்திருந்தார்கள். வேம்பை விட்டு விலகுவதே இல்லை விஜி. பத்து வயது சிறுமி என விஜியின் எண்ண எல்லைகள் சுருங்கி இருந்தன. வேம்பால் அவை இளைத்திருந்தன.

விஜியின் மேனிக்கெனவே குளியல்பொடி ஒன்றைத் தயார் செய்திருந்தாள் வேம்பு. அம்மணம் நாசித்துளைகள் வழி உயிர் உருக்கத் துவங்கியிருந்தது. பொடியை வேம்பின் கைகள் குழைக்க குழைக்க அவள் காதலின் நிறம் கிண்ணியின் வரம்பைக் கடந்தது. கைகளைக் கிண்ணியை விட்டு வெளியே எடுத்தாள். கைவிரலை விட்டுப் பிரிந்து அவளின் கால்விரலில் சொட்டியது அத்தேமாக்காதல். விஜியின் அங்கங்கள் வேம்பிடம் இருந்தாலும் அள்ளத் துடிப்பது பால் துறப்பு.

"அக்கா பொடி ரெடியா? கொடுங்க" என்று குளியலறையிலிருந்து கையை மட்டும் நீட்டினாள் விஜி.

பொடியும் கிண்ணியும் காதலும் வேம்புமாய்க் குளியலறையை மணத்தினர். விஜி களைத்திருந்தாள்.

ஒற்றைத் தலையணைக்காய் இரவு வரை காத்திருப்பதில்லை இப்போதெல்லாம் அவர்கள்.

முன்னறிவிப்பின்றி மூன்று மாதங்கள் முடிவதற்குள்ளேயே திரும்பி இருந்தான் அன்பு.

அவனை முற்றாய் மறந்திருந்தாள் விஜி. துணிமணிகளையும், விஜியின் பொருட்களையும் ஒன்று விடாமல் கவனமாக எடுத்துக் கொண்டிருந்தான் அவன். தட்டுப்பட்டதையெல்லாம் விழுங்கும் பெருவெள்ளமென அனைத்தையும் மீட்டுக்கொண்டிருந்தான். கண்ணாடியில் ஒட்டப்பட்டிருந்த விஜியின் பொட்டைக்கூட விட்டு வைக்கவில்லை.

மொத்த அறையையும் பைகளாக்கிய பின்தான் நிமிர்ந்தான். கதவோரமாய் அவனைப் பார்த்துக் கொண்டிருந்த விஜியை நெருங்கினான். விஜியின் கழுத்தில் வேம்பின் பற்கள் சிவந்து ஒளிந்தன. அதை மெல்ல வருடினான். அவன் கண்களுள் நீர் பூத்தது.

சமையற்கட்டிலிருந்து வெளிப்படவே இல்லை வேம்பு. கீரைக் கட்டிலிருந்து கீரையைப் போலவே உருக்கொண்டிருந்த களைகளைப் பிரித்துக் கொண்டிருந்தாள் காவேரி.

விஜியும் அன்பும் தங்கள் அறையை விட்டு வெளியே வந்தனர். சமையற்கட்டிலிருந்து வந்த வேம்பு, "அன்பு" என்று அழைத்தாள்.

திரும்பிப் பார்த்தவன் வேம்பு நின்ற திசைக்கு விஜியை மறைத்தான். இரண்டு கைகளால் வேம்பைப் பிய்த்தெறிய முழுதாய் அவன் உடல் தயாரானது. உடலைக் குலுக்கிக் கொண்டான். தலைக்குமேல் இரு கைகளையும் தூக்கிக் கண்மூடி அவளைக் கும்பிட்டான்.

விஜியை ஒரு கையில் பிடித்துச் சென்று அவளைக் காரில் ஏற்றினான்.

மொத்தமும் உடைந்தவனாய் இடப்புறம் இருந்த விஜியின் வலக்கையைப் பிடித்துக்கொண்டான்.

அவன் கைகளை உள்வாங்கி இறுக்கிக் கொண்டாள் விஜி. அவனை முத்தமிட்டுத் தேற்றியவள் கைப்பைக்குள் குளியல் பொடி இருக்கிறதா எனச் சரிபார்த்துக் கொண்டாள்.

அன்பு, விஜியுடன் குளியல் பொடியும் பயணித்தது.

பெருங்காரியம் ஒன்றைத் தீர்த்தவளாய் வெறுங்காலுடன் வெளியேறினாள் காவேரி.

❏

தீஞ்சுவை

வீட்டில் பெண் பார்க்கத் துவங்கியும் பெண் பற்றிய எந்தத் தேடலும் பரமசிவனிடம் இல்லை. அக்காக்களையும் தங்கைகளையும் அவரின் அப்பாவே கரையேற்றிவிட்டார்.

தான் பெற்ற ஏழு பெண் பிள்ளைகளுக்கும் பரமசிவன் தான் ஒரே சகோதரன் என்பதால் தன் காலம் வரையில் மகனுக்கு எந்தச் சுமையையும் ஏற்றாமல் கடமைகளை முடித்து விட்டார். மகனின் திருமணம் மட்டும்தான் பாக்கி. மகனுக்கு ஏற்ற பெண்ணைத் தேட ஆரம்பித்திருந்தார்.

ஆலங்குடியில் ஆட்டுக்கறி துள்ளத் துடிக்கக் கிடைக்கும். வடசேரியில் கடல் மீன்கள் நல்ல விலைக்குக் கிடைக்கும்.

பாமனியில் முளைக்கீரை தள தளவெனக் கிடைக்கும். இப்படியாகத்தான் பெண் தேடும் ஊர்களைக் குறித்துக் கொள்வார் பரமசிவனின் அப்பா.

“ஒம் புள்ள கலியாணத்த நீ பாக்க மாட்ட ராமு” என்று கடைசியாகச் சொன்ன கும்பகோணம் ஜோசியர் வீட்டு ஏலக்காய் டீயைச் சப்புக் கொட்டியபடியே திண்ணை இறங்கிய பரமசிவனின் அப்பா நெஞ்சைப் பிடித்துக்கொண்டு வாசலில் சரிந்தார்.

மகனுக்கென்று எந்தத் தொழிலையும் விட்டுச் செல்லவில்லை. குந்தித் தின்ன சொத்து சுகமும் இல்லை. என்றாலும் பத்தாம் வகுப்பு வரை படிக்க வைத்து மெட்ராசில் ஆங்கிலேயக் கம்பெனி ஒன்றில் சிபாரிசில் வேலை வாங்கிக் கொடுத்து விட்டார்.

எந்த வேளைக்கு எதைச் சாப்பிட வேண்டும் எந்த ஊரில் எதைத் தேடி உண்ண வேண்டும் என்ற ருசி மட்டும் அப்பாவிடமிருந்து பரமசிவனுக்கு அப்படியே ஊறிவிட்டது.

அப்பாவின் பூத உடல் வாசலில் கிடத்தப்பட்டிருக்கும்போதும் சரியான நேரத்திற்குப் பசியெடுத்து விட்டது. சுற்றியுள்ள அனைவரும் துக்கம் கொடுத்துக் கொண்டிருக்கும்போதும் வயிறு சத்தம் போட ஆரம்பித்து விட்டது. பரமசிவனின் பசியைப் பற்றி அக்காக்களுக்கும் தங்கைகளுக்கும் வானம் போலவும் பூமி போலவும் மாறாததாகத் தெரியும். சம்பந்தி புரத்திலிருந்து வந்திருந்த பயத்தங்கஞ்சியைப் பெரியக்கா ஒரு டம்ப்ளர் கொடுத்தார். வாங்கி ஒரு மடக்கு ஊற்றி விட்டு "இதுல வெல்லம் போடலியா! பயத்தங்கஞ்சிக்கி சீனி போட்ற கூமுட்டத்தனத்த ஒன் ஊருதான் செய்யும்" என்றார் பரமசிவன்.

பரமசிவனின் பக்கத்தில் அமர்ந்திருந்த பெரியக்கா கணவர் கனைத்துவிட்டு எழுந்து மாற்று இடத்தில் உட்கார்ந்தார்.

பழைய சோறாக இருந்தாலும் கெட்டித் தயிரும், குறுத்த அரிந்த சின்ன வெங்காயமும் மணக்க வேண்டும். சோறு கிடக்கும் மட்டம் தாண்டி குண்டானிற்குள் தண்ணீர் நிற்கக் கூடாது. நொறுங்கப் பிணைந்து சாப்பிட்டதும் ஒரு உள்ளங்கை குழிவிற்கு மட்டுமே நீராகாரம் பருக்கைகளற்று மீந்திருக்கும். அதைப் பரமசிவன் உறியும் சத்தம் சோத்துக்காகக் காத்திருக்கும் தெரு நாய்களையும் கூசிவிடும்.

பெரியக்காவின் சின்ன மாமியார் வழியில் பெண் துவைந்தது. பரமசிவனின் நிறத்திற்கு அப்படியே மாற்று நிறம். அவர் மைக்கறுப்பு அந்தப் பெண் சந்தனம் படிந்த வெள்ளிக்கிண்ணம். எல்லோருக்கும் பெண்ணைப் பிடித்து விட்டது. பெண்ணிற்கு 'கோங்குரா சட்டினி' வைக்கத் தெரியுமா என்றார் பரமசிவன். "எல்லாம் கத்துக்கும் மாப்ள. என் பொண்ணு சமச்சா அது கைருசி தனி ரகம்" என்றார் பெண்ணின் தகப்பனார். பட்டணத்து மாப்பிள்ளைக்கு எப்படியும் தன் மூத்த மகளைக் கொடுத்துவிட வேண்டும் என்ற தவிப்பு அவருக்கு. "மாப்ளைக்கு

வயக்காடெல்லாம் இல்லன்னா என்னா என் பொண்ணு வயக்காட்டுலயா வாழப்போவுது? மட்ராசுல வாழப்போவுது மாப்புள்ளக்கி நல்ல கொணமாம் வெசாரிச்சுட்டன்” என்றார் பங்காளிகளிடம்.

“ஒங்க பொண்ண நாளக்கி மீன் கொழம்பு வைக்க சொல்லுங்க சாப்டுட்டு முடிவு பண்ணுவோம்” என்றார் பரமசிவன். “நண்டு நல்லா வைக்குமுங்க” என்று புடவையைப் போர்த்தியபடி கதவோரம் நின்று சொன்னார் பெண்ணின் அம்மா.

“நண்டு யாரு வச்சாலும் ருசியாப் போய்ரும். மீனுக்குதான் பக்குவம் வேணும். அசைவத்துல மீனுக்கும் சைவத்துல அவரக்காய்க்குந்தான் தனியா தெறம வேணும்” என்று பரமசிவன் சொன்னதும், “சோத்துக்குப் பொறந்த பய மானத்த வாங்குறான் பாரு” என்று தங்கைகளிடம் முணுமுணுத்தாள் பெரியக்கா.

“மீன் கொழம்பு ஒரே இனிப்பு. வெல்லக்கட்டி போட்ருக்கீங்க. புளி காட்டமா இருக்கு அதான் வெல்லம் துண்டா தெரியுது” என்று குழம்பு சட்டியின் பித்தலாட்டங்களைக் கொண்டு சந்தனக் கிண்ணத்தை வேண்டாம் என்று சொல்லிவிட்டார். “சமயல் தானடா? நம்ம ஊட்டுக்கு வந்தா பக்குவம் தானா வரப்போவுது, இல்ல நீயே ஒன் நாக்குக்கு ஒனக்கையா சொல்லிக் குடுத்துக்க. அதுக்குன்னு கண்ணுக்கு நெறவா குடும்பத்துக்கு ஏத்த பொண்ண வேணாம்னா சொல்றது!” என பெரியக்கா எடுத்துச் சொன்னார்.

“சமையலுங்குறது கூடவே பொறக்குற கைரேகை மாதிரி. செலருக்குதான் கைப்பக்குவம் அமையும். நம்ம அம்மா ஒரு பிடி பச்சரிசி போட்டு பொங்குனா கூட ருசியா இருக்கும். நம்ம அப்பா சும்மா ஏனோ தானோன்னு பொண்ணு கட்டுனாருன்னு நெனச்சியா?” வாசலில் செருப்பைப் போட்டுக்கொண்டு அம்பாசிடரில் ஏறி உட்கார்ந்தார் பரமசிவன்.

“இனி இவன யாராலயும் நிறுத்த முடியாது வாடி வண்டியில ஏறு” என்று மூத்தவளை இழுத்தாள் அவளுக்கு நேர் இளையவள். பின்னிருக்கையில் மூன்று அக்காக்கள் ஏறியதும் வண்டி நகர ஆரம்பித்தது. “அம்புட்டு ருசியா திங்கனும்னா நீதான் சமச்சிக்கனும் இனி. அம்மாக்கு வயசாயிட்டு அது இதுன்னு ஒன் வாய்க்கு ஒனக்கயா ஆக்க முடியாது” மூன்றாம் அக்கா சொன்னாள்.

"எனக்குதான் அந்தப் பக்குவம் அமையலியே. மூனாவது படிக்கும்போதே அம்மாவோடயே அடுப்படிலதான் கெடந்தேன். அப்பா வார எடுத்து வெலாசிட்டாரு. பொட்டச்சிக தர்பார்ல ஆம்பளக்கி என்னடா சோலின்னு"

"அவரு கடக்காரு பழய ஆளு. நாட்டை ஆள்றது ஆருன்னு தெரியும்ல! இந்திராகாந்தியாக்கும்" மூத்தவள் அவரைக்காய் பொரியலுடன் அரசியலிலும் கெட்டி என்பது பரமசிவனுக்கு நன்றாகவே தெரியும்.

தன் காலத்திற்குப் பிறகு மகனை யார் பார்த்துக் கொள்வது என்ற கவலை அம்மாவிற்கு. மெட்ராசில் தனிக்கட்டையாய் வாழ்ந்து கொண்டு ஆந்திரா மெஸ் ஒன்றில் சாப்பிட்டுக் கொண்டிருந்த பரமசிவனுக்கு அன்றைய சாம்பாரில் சுவை இல்லை.

"இன்னிக்கி யாரு மாஸ்டரு? சாம்பாரு சரியில்லயே" என்றார்.

"மாஸ்டருக்கும் மொதலாளிக்கும் பிரச்சன. இனி அந்த மாஸ்டரு இல்ல. வேற ஆளப் போட்டாச்சு. அவரு வச்ச சாம்பாருதான் இது" இலை எடுப்பவன் சொன்னான்.

அந்த மாஸ்டர் மயிலாப்பூரில் இருப்பது தெரிந்து அண்ணா நகரில் இருந்த தன் அறையை மயிலாப்பூருக்கு மாற்றிக் கொண்டார்.

ஊரில் தன் ஒரே மகனுக்கு அம்மா பெண் தேடிக் கொண்டிருக்க எந்த ஓட்டலில் எது சிறந்த உணவு எனப் பரமசிவன் தேடிக்கொண்டிருந்தார். மதிய உணவு இடைவேளையில் சக அலுவலர்களின் சாப்பாட்டு அடுக்குகளை நோட்டமிடு வதற்காகவே அவர்கள் அருகில் உட்கார்ந்து ஏதோ ஒரு பேச்சை எடுப்பார்.

அலுவலகத்திலேயே அதிக சம்பளம் வாங்கும் தேவதாசின் சாப்பாட்டுக் கூடை பிசுக்குப் பிடித்துக் கலவை சாதங்களை மட்டுமே எடுத்து வரும். சாதங்கள் நிறம் மாறினாலும் பூண்டு ஊறுகாய் மாறுவதே இல்லை.

வாட்ச்மேனின் கூடைதான் கம்பெனியிலேயே செல்வாக்கான கூடை. சுட சுட சோறு அவனைத் தேடி வரும். ஒரு மாலையில் வாட்ச்மேனின் மகன் சிறிய வாளி ஒன்றை வாட்ச்மேனிடம்

கொடுத்துச் சென்றான். வேலை முடிந்து வெளியேறிக் கொண்டிருந்த பரமசிவன் அவனருகே சென்று, "வாளியில சூடா என்னமோ வந்திருக்கே!" என்றார்.

"வாளியத் தொடவே இல்ல சூடு எப்டிங்க தெரிஞ்சிது" என்று ஆச்சரியப்பட்டார் வாட்ச்மேன். "அதான் பாதி வாளிக்கு ஆவி ஏறி நெறம் மாறிருக்கே" என்றார் பரமசிவன்.

வாளியைத் திறந்து உள்ளிருந்து சுட சுட மரவள்ளிப் பணியாரம் எடுத்துக் கொடுத்தார் வாட்ச்மேன். மறுப்பேதும் சொல்லாமல் வாங்கிக் கொண்டார் பரமசிவன். பணியாரத்தின் ருசி அன்று முழுவதும் அவரைப் பாடாய்ப் படுத்தி விட்டது. தண்ணீரைக் கூட நாக்கை நனைக்காமல் இரண்டே முறை குடித்திருந்தார். பணியாரத்தின் மணத்தையும் ருசியையும் இழக்க மனமே இல்லை. நாவில் கரைந்து அவருள் சென்ற அந்தக் கைமணம் ஒரு பெண்ணுருவைத் தேடிக் கொண்டிருந்தது. ஏனோ தெரியவில்லை சிறு வயது முதலே பெண்களை சமையல் கட்டோடு மட்டுமே மையப்படுத்திப் பார்த்த அவருக்கு உள்ளங்கையோடு முடிந்திருந்தது பெண் அங்கம். பெண் வாடை என்றாலே தேங்காய்ப் பாலும் கடுகு தாளிப்பும் என்றாக இருந்தது அவருக்கு. ஆனால் இந்தப் பணியாரம் அவரை முன்னேற்றிக் கொண்டிருந்தது.

அந்த வாரத்தின் ஞாயிறில் வாட்ச்மேன் வீட்டை விசாரித்துப் போய்விட்டார். வாசலில் பரமசிவனைப் பார்த்ததும் வாட்ச்மேனுக்கு அதிர்ச்சி. "என்ன சார் இங்கல்லாம் வந்துருக்கீங்க. சொன்னா நானே ஓடியாந்துருப்பனே" என்றார். "இல்ல போனஸ் விசயமா ஸ்ட்ரைக் நடக்கப்போவுது அதப் பத்தி பேசுவோம்னு வந்தன்" என்று சொல்லிக்கொண்டே அந்தக் குடிசையைக் கண்களால் கொட்டிக் கவிழ்த்துக் கொண்டிருந்தார் பரமசிவன்.

"உள்ள வாங்க சார். ஒக்காருங்க" என்று கயிற்றுக் கட்டிலைக் காட்டினார். "என்ன சார் குடிப்பீங்க டீ? காபி?.." என்று இழுத்தார் வாட்ச்மேன். "எதுன்னாலும் பரவால்லயா. பச்சத் தண்ணின்னாலும் குடிப்பேன். கொண்டா" என்று கயிற்றுக் கட்டிலில் தன் முழு கனத்தையும் அமிழ்த்தி உட்கார்ந்தார் பரமசிவன்.

"இந்தா ஏய் தங்கம்! சாரு வந்துருக்காரு காபி ஒன்னு கொண்டா" என்றார் வாட்ச்மேன். தட்டியில் மறைந்திருந்த அடுப்படியிலிருந்து புகை மட்டும் வந்து கொண்டிருந்தது. சற்று நேரத்திற்கெல்லாம் காபி டம்ப்ளர் மட்டும் வெளியே வந்தது. வாட்ச்மேன் அதை வாங்கி பரமசிவனிடம் கொடுத்தார். முதல் உறிஞ்சிலேயே தெய்வீகத்தை உணர்ந்து விட்டார். இரண்டாம் உறிஞ்சிற்கெல்லாம் தட்டியைத் தகர்த்துத் தங்கத்தைப் பார்த்துவிட வேண்டும் என்று பூரிப்படைந்தார்.

"காபி அருமையா இருக்குய்யா. கருப்பட்டி காபியாட்டம் இருக்கே" என்ற கேள்வியைத் தட்டிக்கு அப்பால் வீசினார் பரமசிவன்.

"எதாச்சும் போட்ருப்பா சார். அவளுக்கு வேறென்ன சோலி. இப்புடித்தான் கண்டதையும் வாங்கிக் காசக் கரியாக்குவா" என்றார் வாட்ச்மேன்.

"என்னய்யா இப்புடி சொல்ற இந்தக் காபிக்கு மெட்ராசையே எழுதி வக்கலாம்யா. நீ என்னான்னா அடுப்புல போட்டு அவதிப்படுத்துற. கேசடுப்பு இல்லயா?" என்ற பரமசிவனின் கேள்விக்குத் தட்டியிலிருந்து முழுவதுமாக வெளிப்பட்டு, "இல்லீங்க" என்றாள் தங்கம்.

அவளும் மாநிறம் என்றாலும் பரமசிவனை விட துளி கறுப்பு குறைவு.

அடுப்பில் வெகுநேரம் வெந்த முகமே அல்ல அது. நல்ல மினுமினுப்பான முகம். குங்குமத்தைக் குழைத்து வைத்திருந்த அரக்குப் பொட்டு உற்றுப்பார்த்தால்தான் தெரியும். "நான் ஏற்பாடு பண்றேன்யா கேசடுப்புக்கு" என்று சொல்லிக் கொண்டே வெளியேறினார் பரமசிவன்.

பரமசிவனுக்கு இப்படியொரு தடுமாற்றம் முப்பத்தைந்து வயதில் வந்திருக்க வேண்டாம் என்றிருந்தது. அவளின் முகம் நெருப்பில் வாட்டி ஒட்டிய சுவரொட்டி போல் அவருள் ஒட்டிக் கொண்டது. இரண்டு பிள்ளைகள் பெற்றும் கட்டுக் குலையவே இல்லையே என்ற எண்ணம் உதித்த போது பரமசிவனுக்கு நெற்றியெல்லாம் வியர்த்திருந்தது. அடுத்தவன் பொண்டாட்டியை இப்படியெல்லாம் கற்பனிப்பது எவ்வளவு கீழ்த்தரமான செயல் என்று ஒரு மனம் கடிந்த போது "ஆனாலும்

என்ன! அவள் அழகுதானே!" என்று அடுத்த மனம் அதன் மீதே படிந்தது.

பரமசிவனின் கால்கள் ஓயாமல் வாட்ச்மேன் வீடு நோக்கிச் செல்வதும் வருவதுமாக இருந்தது. மீன் வாங்கிச் செல்வது பிரண்டை வாங்கிச் செல்வது என ஏதேனும் ஒரு பையுடன் சென்று ஒரு வேளை உணவை அங்கேயே முடித்து விட்டுதான் வருவார். வாட்ச்மேன் அவ்வப்போது கேட்கும் சில்லறைப் பணங்களைக் கணக்கேதும் வைக்காமல் கொடுத்தனுப்புவார் பரமசிவன். "அவரு கேக்குறாருன்னு குடுத்துட்டே இருக்காதீய குடிச்சிட்டு வந்து என்னத்தான் தொந்தரவு பண்ணுவாரு" என்றாள் தங்கம். ஒன்றும் சொல்ல முடியாமல் இஞ்சி சட்னிக்குள் தோசையை முக்கி வாய்க்குள் போட்டார் பரமசிவன்.

"வேணும்னா இன்னிக்கி ராத்திரி இங்க தங்கி பாருங்க அவரு அடிக்கிற கூத்த" என்றாள் தங்கம்.

அன்றொரு நாள் தங்கியதுதான். அடுத்தடுத்த நாள்களின் இரவு உணவு தங்கத்திடம்தான் என்றானது. சம்பளத்தைப் பிரிக்காமல் அப்படியே தங்கத்திடம் கொடுத்து விடும் அளவிற்கு வாயும் வயிறும் பரமசிவத்திற்கு வளர்ந்திருந்தது. இரவில் வாட்ச்மேன் திண்ணையில் படுத்துக் கொண்டார். பரமசிவத்திற்கு பிடித்தமான உணவுகள் மட்டுமே சமைக்கப்பட்டன.

வித விதமாகச் சமைப்பதோடு நிறுத்தாமல் நல்ல நிறங்களில் புடவைகள் உடுத்த ஆரம்பித்திருந்தாள் தங்கம். தெருக்குழாயில் தண்ணீர் எடுத்துத் திரும்பும் அவளை நின்று பார்க்காத ஆளே இல்லை எனலாம். வறுமை ஓரளவிற்கு வடிந்தாலே பொலிவும் வனப்பும் பெண்ணைச் சீராட்டிவிடுகிறது. பரமசிவனின் ஆங்கிலப் பேச்சுக்களைக் கேட்டதிலிருந்து அவளுக்குள் பட்டாம்பூச்சிகள் மேய்ந்து கொண்டிருந்தன. பரமசிவனுக்கென்றே பார்த்துப் பார்த்துச் சமைத்தாலும் வாட்ச்மேனுக்கும் பரிவுடனேயே பரிமாறினாள்.

மூவருமாக இரண்டாம் ஆட்டம் சினிமாவுக்குச் செல்வர். வாட்ச்மேன் படம் ஆரம்பிக்கும்போதே தூங்க ஆரம்பித்து விடுவார். பரமசிவன் சுற்றத்தை மறந்து முற்றிலுமாகத் திரைக்குள் புதைந்து விடுவார். பெரும்பாலும் ஆங்கிலப் படங்களும் இந்திப் படங்களும்தான். தங்கத்திற்கு எதுவுமே புரியாது. முதல் இரண்டு படங்களுக்கு மட்டும் விளக்கங்கள் கொடுத்துக் கொண்டிருந்தார்

பரமசிவன். ஆனால் அடுத்தடுத்த படங்களுக்கு தங்கத்தையே புரிந்து கொள்ளச் சொன்னார். “என்ன சொல்றா அந்தப் புள்ள இப்ப?” என இரண்டு முறை ஒரு காட்சியைப் பார்த்து கேட்ட தங்கத்திடம் சிடு சிடுவென முகத்தைச் சிலுப்பினார். “தத்தி தத்தி! அறிவு கெட்ட முண்டம். புரியலன்னா சும்மா உக்காந்து வேடிக்க பாரு” என்று கத்தினார்.

வீட்டிற்கு வந்ததும் சூடாகச் சப்பாத்தியும் கொண்டைக் கடலை குருமாவும் கேட்பார். பசியாறிய பரமசிவன் பத்து நிமிடங்களுக்கெல்லாம் குறட்டை விட ஆரம்பித்து விடுவார். சோறு கண்ட இடம் சொர்க்கம் எனச் சும்மாவா சொன்னார்கள். ஒரு முறை உள்ளம் என்ற வகை மீனை வாங்கி வந்து “உள்ளதை விற்றாவது உள்ளம் வாங்கலாம்” என்றார். கறியும் மீனுமாக ஆக்கிப்போட்ட தங்கத்திற்கு ஒரு வளையல் போட வேண்டும் என நினைத்தாரே ஒழிய அதற்கான வகையே அமையவில்லை.

பீட்ருட் பொரியலில் காரம் போட்டிருந்த அன்றைய சமையல் பரமசிவனின் நாக்கைப் புண்படுத்தி விட்டது. “பீட்ரூட்ல எவளாச்சும் காரம் போடுவாளா?” கையை உதறிவிட்டு சாப்பாட்டில் இருந்து எழுந்தார் பரமசிவன். “ஏன் ருசியாத்தானா இருக்கும்!” என்று குளித்து முடித்த ஈரத்துணியுடன் வீட்டிற்குள் புகுந்தாள் தங்கம். “இனிப்புக் காய்ல காரம் போட்டா நல்லாவா இருக்கும். தேங்காத் துருவலும் சீரகத்தூளும் போட்டு எறக்குனா பிரம்ம பதார்த்தமா இருக்கும்” என்றார் பரமசிவன்.

அடுத்தடுத்த நாள்களில் உப்பில்லை காரமில்லை எனக் குறைகள் வளர்ந்து கொண்டே இருந்தன. “கொழம்ப சூடு பண்ணாம கொண்டாந்து வச்சிருக்க?” என்று கண்களில் விழாத தங்கத்திடம் கூவிச் சொன்னார். “அதனால என்னா சாப்புடுங்க” என்று வீட்டின் பின்புறத்தில் இருந்து குரல் அனுப்பினாள் தங்கம்.

“சூடே சுவைன்னு எங்கப்பன் சொல்லி வளந்தவன் நானு, சூடாக்கிக் கொண்டாறியா எழுந்து போய்றவா?” என்றார் பரமசிவன். பதில் ஏதும் இல்லை. சாப்பிடாமலேயே வெளியேறினார் பரமசிவன்.

“ஏன் சார் சாப்புடாமலயே எந்துருச்சிட்ட?” என்று அப்போது தான் வீட்டிற்குள் வந்த வாட்ச்மேன் கேட்டார். “பசி இல்லய்யா” என்று சொல்லிக்கொண்டே தெருவில் இறங்கி மறைந்து விட்டார் பரமசிவன்.

“அந்தாள ஏன் டி நோவடிக்கிற? பச்ச புள்ள மாதிரி தீனிக்கு ஏங்குற மனுசன் டி” என்று பரமசிவத்திற்காகத் தங்கத்திடம் வக்காளத்து வாங்கினார் வாட்ச்மேன். “நாக்கையும் வவுத்தயும் நெரப்ப மட்டுமா பொம்பள! ஒன்ன எடத்துலயும் அந்தாள வலத்துலயும் வக்கலாம். நல்ல கூட்டணி ஒங்களது” என்று ஈரத்துணிகளை உதறிக் கொடியில் தொங்க விட்டாள் தங்கம்.

வாட்ச்மேன் வீட்டிற்குப் பரமசிவன் செல்வது குறைந்து விட்டது. ஆனாலும் வாட்ச்மேன் விடாப்பிடியாக அவரைச் சாப்பிட அழைப்பார். ஒரு மாதமாகியும் தங்கத்தின் கையால் எதுவுமே சாப்பிடவில்லை பரமசிவன். “அவ என்னய கேக்குறதே இல்லயா?” என்று உடைந்த குரலில் வாட்ச்மேனிடம் கேட்பார் பரமசிவன். “பொட்டச்சிகள அவ்ளோ சுலுவா எட போடாதீய சார். மொத்தமா கொட சாச்சி உட்ருவாளுக. அவ மேல பைத்தியமா திரியாதீங்க. வேற நல்ல கைப்பக்குவமா ஒன்னு பாத்துக்குங்க அதான் நல்லது” என்று ஒரு குடிபோதையில் வாட்ச்மேன் சொன்னார்.

தனியாகச் சினிமாவுக்குச் சென்றபோது பக்கத்தில் தங்கம் இல்லாத வெறுமை ஏதோ செய்தது. அசோகா ஓட்டலின் கார போண்டாவில் தங்கத்தின் கன்னங்களை நினைத்துக் கொண்டார்.

அம்மாவைப் பார்க்க ஊருக்குச் சென்றுவிட்டு மெட்ராசுக்குத் திரும்பிய பரமசிவனுக்கு அதற்கு மேலும் வீம்பு பிடிக்க சக்தி இல்லை. விரால் மீனை வாங்கிக் கொண்டு காலையிலேயே தங்கத்தைப் பார்க்கச் சென்றார். திண்ணையில் வாட்ச்மேன் முதல் நாளின் குடியில் வாயொழுக தூங்கிக் கொண்டிருந்தார். வீட்டிற்குள் ஆணொன்றும் பெண்ணொன்றுமாய் இரண்டு பிள்ளைகள் ஒரே பாயில் தூங்கிக் கொண்டிருந்தன. வீட்டைச் சுற்றி வந்து விட்டார் பரமசிவன். எங்குமே தங்கம் இல்லை.

வாட்ச்மேனை எழுப்பி, “தங்கம் எங்க போய்ருக்கு?” என்றார். தூக்கக் கலக்கமும் அரை போதையும் வாட்ச்மேனை விழிக்க விடவில்லை. பரமசிவனுக்கு அதற்கு மேல் பொறுமை இல்லை. ஒரு குவளை தண்ணீரை மூஞ்சில் அடித்து வாட்ச்மேனை எழுப்பினார்.

“சார் வா சார், இப்பதான் வாரியா” என்றார் வாட்ச்மேன்.

"தங்கத்த எங்க காணோம்?"

"ஆமா சார். நம்ம தங்கத்த மூனு நாளா காணோம்."

"யோவ் என்னாயா ஒளறாம சொல்லு."

"ஆமா சார் அவளையும் காணோம். நம்ம பிசுக்கு கூடை தேவதாசு சாரையும் காணோம். இவ ஒரு மாசமா அந்தாளு மூக்கு பட பலகாரம் சுட்டு குடுத்தப்பவே எனக்குச் சந்தேகந்தான். ஆனா இப்புடி நம்ம ரெண்டு பேரயும் கழுத்தறுத்துட்டு போய்ட்டாளே சார். என் புள்ளையள கூட நெனக்காம ஓடிட்டா சார்" என்று மேங்குரலெழுப்பி அழுதார் வாட்ச்மேன்.

வாசலில் நின்ற பரமசிவன் வீதிக்கு வந்தார். வீதியின் ஓரம் சாக்கடை ஒன்று ஓடியது. வாங்கி வந்த விரால் மீன்களைச் சாக்கடையில் கொட்டி நீந்துகிறதா எனப் பார்த்தார். மீன்கள் நீந்தி சாக்கடையின் போக்கில் சென்றன. பரமசிவனின் பின் வாட்ச்மேனும் வந்து சேர்ந்து நீந்திப்போன மீன்களையும் கையிலிருக்கும் வெறும் பையையும் பார்த்தார்.

❑

மரிக்கொழுந்தன்

"அவனுக்குத்தான் இது புதுசு. அவளுக்கொன்னும் இது புதுசில்லையே! அவளுக்கென்ன மொறையெல்லாம் பார்க்க வேண்டியிருக்கு!" மட்டைக்காயை உரித்துக்கொண்டே ராணி கேட்டாள்.

"அதெல்லாம் ஒனக்குப் புரியாது ராணி, எல்லாம் அந்தந்த மொறைப்படி நடந்தாகனுந்தேன்" நாய்க்குச் சோற்றைக் கொட்டிக்கொண்டே ராசம் சொன்னாள்.

"ஆனால் ஒன் மருமவ போன சென்மத்துல வலுவா புண்ணியத்தைக் கட்டிருக்கா, இல்லேன்னா ஒன்னை மாதிரி ஒரு மாமியா அவளுக்கு வாச்சிருக்குமா?"

"சனாதிபதி விருதா வாங்கப்போறேன். போடி போயி கொலம்பை எறக்குடி ஒன் புருசன் ட்டான்னு மணியடிச்சாப்ல சோத்துக்கு வந்துருவான்."

ராணியும் ராசமும் அவ்விடம் விட்டு அவரவர் வீட்டிற்கு நகர்ந்தனர்.

ராணி உரித்துப் போட்டிருந்த தேங்காய் மட்டையைப் பொறுக்கிக் கொண்டு பின் வாசலுக்குச் சென்றாள் ராசம். ஏற்கனவே குவிக்கப்பட்டிருந்த உரி மட்டைகளுடன் கையில் வைத்திருந்ததையும் வீசிவிட்டு, "சமையலு ஆச்சா?" என்றாள்.

பின் வாசல் தாண்டி தாய் சுவறோடு இணைக்கப்பட்ட கொட்டகை ஒன்றிலிருந்து, "இந்தா தாளிக்கப் போறேன், ஆயிட்டு" என்றாள் லதா.

"சின்னவன் சோத்துக்கு வார நேரம். அவனுக்கு ஆறிப்போய் இருக்கனும் எல்லாமே. சீக்கிரம் அடுப்பை உட்டு எறக்கிக் காத்தாடிக்குக் கீழ எல்லாத்தையும் கொண்டாந்து வையி. அடுத்த வாரம்லாம் நீதான் பரிமாறனும்."

தான் நிற்கும் திசைப்பக்கமே வராதவனுக்கு, அவன் வந்தால் ஓடி மறையும் தான் எப்படி பரிமாறப் போகிறோம் என்பதை நினைத்து அடுப்புக்கனலுடன் லதாவின் உடலும் கொதித்து வியர்த்திருந்தது.

தன்னைப் பெண் கேட்டு ராசம் வந்தபோது அவளுடன் ஒல்லிக்குச்சியாய் ஒட்டிக்கொண்டு வந்தவன் குமார். காபியைக் கொடுக்க குனிந்த போது படக்கெனப் பார்வையைத் திருப்பிக் கொண்டான். அண்ணன் பொண்டாட்டிதான், அண்ணி என்று ஒரு நாளும் அழைத்ததில்லை.

ஆத்திர அவசரத்துக்குக் கூட பின் வாசல் கொட்டகைக்கு அவன் வந்ததே இல்லை. லதாவை விட மூன்று வயதுதான் அவன் இளமை என்றாலும் அவளுக்கென்று ஒரு மரியாதையை அவனே உருவாக்கி வைத்திருந்தான்.

தன் கல்யாணத்திற்கு முதல் நாள் சாயுங்காலம் தான் லதா சிவாவைப் பார்த்திருந்தாள். சிவா நல்ல உயரம் நல்ல சிவப்பு.

"அடியே லதா! இந்த ராசம் பொல்லாக் கெழவிடி, கருவாகுறிச்சி திருவிழாவுல உன்னையக் கண்டதும் ரெண்டே மாசத்துல மவனுக்கு எழுதிப்புட்டா பாரேன்! அவனுக்கேத்த வாட்டத்துல பொண்ணைத் தேடி புடிச்சிருக்காடி" லதாவின் தோழிகள் ராசத்தைப் பரிகாசம் செய்வதாய்ச் சிவாவைக் கற்பனையில் தழுவிக் கொண்டிருந்தார்கள்.

பெண்ணும் மாப்பிள்ளையும் ஒளிந்து மறைந்து கூட பேசிக்கொள்ள முடியா வகையில் அவசர கதியில் தேதி குறித்தாயிற்று. லதாவிற்கு உள்ளுக்குள் ஒத்திகை போய்க்கொண்டே இருந்தது. ஐயர் மந்திரங்களைச் சொல்லிச் சாங்கியங்களை அனுசரிக்கும் போதும் மனதிற்குள், அவள் கழுத்திற்குள் அவன் புதைந்து கொண்டிருப்பது போல் கற்பனை நீண்டது.

ஒலிக்கும் காதல் பாட்டுகளில் வலுக்கட்டாயமாய் இரவை அமைத்து அதில் தன்னையும் அவனையும் பொருத்தி உடல் வளர்த்துக் கொண்டிருந்தாள் லதா.

அவளின் கனவுகளின் கரைகளையெல்லாம் அகலப் படுத்தியிருந்தான் சிவா. உருவப் பொருத்தம் போல் மனப்பொருத்தமும் ஊரெங்கும் மணந்தது.

ராசத்திற்கு ஏற்ற மருமகள். வம்பு தும்பிற்கு வழியற்றுப் போய்க்கொண்டிருந்தது வாழ்வு. ஆண் ஒன்று பெண் ஒன்று என அடுத்தடுத்துப் பேரப்பிள்ளைகள். சின்னவனுக்குப் பெண் பார்க்க அவன் கட்டடத்தைத் தூக்கிய காலம்.

விடிகாலையிலேயே வயலுக்குப் போயிருந்த சிவா வேகமாக ஓடி வந்து தன் வண்டி சாவியைத் தேடி ஓடினான்.

“எலே பெரியவனே! என்னாடா நாலு கால்ல ஓடியாற?” திண்ணையில் கால் நீட்டி உட்கார்ந்திருந்த ராசம் கேட்டாள்.

“ஒன்னுல்லம்மா இந்தா வந்துட்றேன்” வண்டியை உதைத்துக் கிளப்பிப் பறந்தான் சிவா.

அவன் மறைந்த அரை நொடிக்கெல்லாம் சின்னவன் குமார் ஓடி வந்தான்.

“அம்மா! அண்ணே எங்க?”

“இப்பத்தானடா வண்டியை எடுத்துட்டு போறான்! நீ என்னடா இப்படி ஓடியாந்துருக்க? என்னடா நடக்குது சொல்லித் தொலைங்கடா! நெஞ்செல்லாம் தெறிக்குது!” படபடப்பாய் வியர்த்தாள் ராசம்.

“அம்மா அண்ணனைப் பாம்பு கடிச்சிட்டாம், இப்பதான் முத்துப்பய ஓடியாந்து சொன்னான்.”

“அய்யோ! என் புள்ள!

அவன் வண்டில போய்ருக்கானேடா!

அவன் நெஞ்சு துமுறுக்கு ஒச்சல் இல்லாம போய்ருக்கான் டா! ஓடுடா அவன் பின்னாலயே ஓடுடா சின்னவனே! என் புள்ளய கொண்டாந்துடுடா சின்னவனே! சாணி கொண்டு

மெழுகியிருந்த மண் தரையில் புரண்டு உடலெல்லாம் மண் துகளாய் உருண்டாள் ராசம்.

நிலைப்படியில் சரிந்து ராசத்தின் புழுதியில் புருசனைத் தேடிக்கொண்டிருந்தாள் லதா. நெஞ்சு வீங்கி வாய் வரை வந்தது போல் ரத்த நாளங்கள் புடைத்தன. வாசல் பந்தலின் நிழல் தாண்டி விரிந்திருந்த வெளிச்சத்தில் கறுப்பு வண்ணம் ஒழுகிக்கொண்டிருந்தது.

தானாகவே சென்று தன்னைக் காத்துக் கொள்ள முயன்ற சிவா, மருத்துவமனை வாசல் வரை மட்டுமே உயிரைக் கொண்டு சென்றிருந்தான். வண்டியுடன் சரிந்தவன் சடலமாக வீடு வந்தான்.

ராசத்தையும் லதாவையும் விட அவன் பிள்ளைகளின் அழுகை ஊரையே இடித்து வைத்திருந்தது. “அப்பாவை எழுப்பு சின்னப்பா?” என அடம்பிடித்த சிவாவின் மகனைக் கட்டிக்கொண்ட போதுதான் குமார் வாய்விட்டு அழுதான்.

காரியங்கள் எல்லாம் முடிந்து வீடு அதன் உரிமையாளர்களுடன் மட்டும் வாழ ஆரம்பித்தது. பேரப்பிள்ளைகளை அழைத்துச் செல்ல லதாவின் அப்பா வந்திருந்தார்.

“ஒரு மாசம் புள்ளைய எங்ககிட்ட இருக்கட்டும், புள்ளைக ஏங்கி கெடக்கு” பதுவிசான குரலில் பேசினார் லதாவின் அப்பா.

“அதல்லாம் சரியா வாராது. இப்ப நான் யாரையும் எங்கயும் அனுப்புறதா இல்ல” பூடகமாகத் தெளிவாக்கினாள் ராசம்.

“என் பொண்ணை இந்த கோலத்துல ஒங்களை நம்பி எப்புடி உட்றது?” மனதில் வைத்திருந்த கங்குகளை வார்த்தைகளில் அடுக்கி வைத்தார் லதாவின் அப்பா.

“என் ஊட்டுக்குக் கட்டி அனுப்பிட்டில்ல அத்தோடு முடிஞ்சது ஒன் கணக்கு, மீதிப்பேச்சுக்கெல்லாம் ஒன் கொரலுக்கு இங்க சோலியில்ல, நடையக்கட்டு” ராசம் எழுந்து உள்ளே சென்றாள்.

அப்பனைக் கட்டிக் கொண்டாள் லதா. “யப்பா! நீ பயப்படாத, நான் நல்லாத்தான் இருப்பேன். என் புள்ளய இங்க இருக்குறதுதான் சரி. என்னைய அங்க கூப்டு போயி அண்ணனுக்கும் அவன் பொண்டாட்டிக்கும் சச்சரவாக்கிடாத. இந்தக் கெளவி வெடுக்குன்னு பேசுவாளே ஒழிய தன் குட்டியளை உட மாட்டா.

நீ அஞ்சாம போப்பா. என் புருசன் ஆவி தாங்காதுப்பா நான் இங்க இல்லன்னா!"

பேரப்பிள்ளைகளைக் கொஞ்சிய பிசுபிசுப்பு காற்றில் ஊற ஊர் போய் சேர்ந்தார் லதாவின் அப்பா.

பிள்ளைகள் அடுத்த வகுப்பிற்குத் தேரியிருந்தார்கள். முதல் நாள் வரை காய்ந்த பூ வைத்திருந்த சிவாவின் படத்தில் சந்தனம் குங்குமம் வைக்கப்பட்டு மாலைகள் அடுக்கப்பட்டிருந்தன. முதல் வருட தெவசம் முடிந்து பந்தி போய்க்கொண்டிருந்தது. அவனின் சடலத்தின் முன்பு இரைந்த சோகம் இப்போது யாரிடமும் இல்லை. லதாவிடம் மட்டும் ஒரு சோர்வு தெரிந்தது. பிள்ளைகள் அப்பனைத் தேடவில்லை விளையாட்டில் ஒளிந்து மறைந்திருந்தனர்.

"இவ என்னாடி ராசம் பொடுசா ஒரு பொட்டு வச்சிருக்காளே!" ராசத்தின் உறவுக்கார கிழவி லதாவைக் காட்டி ராசத்திடம் கேட்டாள்.

"என்னாயிப்ப அதுக்கு? அவ மொகரைய பொட்டு இல்லாம காண சகிக்காது. வச்சுட்டு போறா போ" ராசம் முடித்தாள்.

"எள வயசுக்காரி புருசன் இல்லாம இருக்கா நீதான் கொல்லிக் கட்டையா எரிஞ்சி காக்கனும்" மூத்த கிழவி பாக்கு உரலை இடித்தாள்.

"எனக்கு எல்லாந்தெரியும் நீ இடிச்சலை நிறுத்திட்டு ஊட்டைப் பார்க்க கௌம்பு" முந்தியை உதறி வாசலைக் காட்டினாள் ராசம்.

அன்றிலிருந்து மூன்றாம் மாதம் சின்னவனிடம் பேச்சை எடுத்தாள் ராசம்.

"எம்மா என்னாம்மா பேச்சு பேசுற நீயி? அது அண்ணிமா, என் அண்ணனோட பொண்டாட்டி அதைப்போய் நான் எப்புடி கட்றது?"

"ஆமா அண்ணிதான் ஆரு இல்லன்னா, ஆனா இன்னிக்கி அண்ணன் இல்லியே! அவன் எடத்துல நான் யாரை நிறுத்துறது?"

"அதுக்குன்னு இந்த அசிங்கத்தைப் பண்ணுவியா?"

“எல எதுடா அசிங்கம்? அவன் அவன் கூடப் பொறந்தவன் இருக்கப்பவே அவனுக பொண்டாட்டியைக் கவுத்துப் போட்ருக்கானுக உனக்கென்ன கேடுங்குறேன்.”

“உனக்குக் கூறு கெட்டு போச்சும்மா ஒரு பொம்பள அதுவும் நாலு வெவரம் தெரிஞ்ச நீ இந்தப் பேச்சு பேசக்கூடாதும்மா, என்னை இதுக்கு மேல வற்புறுத்தாத ஆளை உட்றி ஆத்தா” கையெடுத்துக் கும்பிட்ட வடிவிலேயே வாசல் பந்தலை விட்டு வெளியேறினான் குமார்.

அவன் எப்போது போவான் எனக் காத்திருந்தவள் போல வீட்டிற்குள்ளிருந்து ஓடிவந்து பந்தலில் நின்று கொண்டிருந்த ராசத்தின் கால்களில் விழுந்தாள் லதா.

“என்னையும் என் புள்ளயலையும் உட்ரு அத்தே! நாங்க எங்கயாச்சும் போய் பொழச்சிக்கிறோம். இப்புடி சேத்தை வாரி என் வாழ்க்கைல வீசாத அத்தே!” பந்தலின் கால்கள் குலுங்க குலுங்க சத்தமிட்டு அழுதாள் லதா.

“சேத்தைக் கொலைக்கிறேந்தான் ஆனா பொக்கரையப் பூசத்தான். ஆம்பள இல்லாம இந்த வயசைக் கடத்துறது எம்புட்டு ரப்சர்னு எனக்குத் தெரியும்டி நல்லாவே, ஒனக்கு முன்னாடி தாலி அறுத்தவ சொல்றேன் என் பேச்சைக் கேளு.” திண்ணையில் நின்றவாறே சொம்பு நீரை வாசல் பந்தலில் விசிறினாள் ராசம்.

“நான் கேட்டனா புருசன் வேணும்னு?” லதா நெஞ்சை விடைத்தாள்.

“என் பேரைப்புள்ளையளுக்கு அப்பன் வேணும்.” ராசம் அழுத்தமாக அமர்ந்தாள்.

“எவன் பெத்ததுக்கு எவன் அப்பன்?” லதா சீறினாள்.

“ரெண்டும் நான் பெத்ததுதான். ஒருத்தன் உட்டுட்டு போனதை மிச்சமிருக்கவனை வச்சி கரையேத்துவேன்.” விசிறி மட்டையை விசிற ஆரம்பித்தாள் ராசம்.

“என் புள்ளைய பள்ளியோடத்துலேந்து வந்ததும் நான் கெளம்புறேன்.” லதா நகர்ந்தாள்.

“என் கட்டையைத் தாண்டி ஒரு துரும்பு வெளியேற முடியாது தெரிஞ்சிக்க, சர்ப்பம் மூத்தவனைக் கொண்டு போய்ட்டு

ஏமாந்துட்டேன். இனி ஏமாற மாட்டேன். வீணா புடிவாதம் புடிச்சிப் புள்ளையல வீதியில உட்றாத, என் காலம் முடியிறதுக்குள்ள ஓங்க எல்லாரையும் கரையேத்தி உட்ருவன். ஓனக்கு புருசன் வேணாம்னா தாராளமா நீ தள்ளி வாழ்ந்துக்க. ஆனா ஊரு கண்ணுக்கு நீ சின்னவன் பொண்டாட்டிதான் இனி." முந்தானையைப் பாயாக்கிப் படுத்துக்கொண்டாள் ராசம்.

சின்னவனுக்கும் அதே சலுகை கொடுக்கப்பட்டது. "அண்ணின்னு தோணுச்சின்னா அவளை நீ பொழங்க வேணாம். ஊரு கண்ணுக்கு அவளைப் பொஞ்சாதியா நடத்திக்க." கல்யாணத்திற்கு தேதி குறித்தாயிற்று.

இப்பொழுதெல்லாம் குமாரின் வருகையை லதா எதிர்பார்ப்பது அவளுக்கே நெருடலாக இருந்தது. ஏன் இப்படி படபடப்பாய் இருக்கிறது எனத் தன்னைத்தானே சோதித்துக் கொண்டாள்.

தன்னையறியாமலே உடல் அவனுக்காய்த் தயாரானதை அவளால் ஒப்புக்கொள்ளவே முடியவில்லை. இறந்தவன் ஆன்மா மீது இப்பொழுதெல்லாம் ஒரு பயத்தை வளர்த்து வந்தாள். ஆசை தீரத் தீர புதுத்தீ வளர்த்து தினம் தினம் அவளிடம் பொசுங்கியவனைப் பாம்பு கொண்டு போகும் என அவள் அறிந்திருக்கவே மாட்டாள். உலகம் சொல்லி வைத்த ஒருவனுக்கு ஒருத்தியை இதற்கு முன் யாரும் கடந்து அவள் கண்டதில்லை. இன்னொருவனைச் சேர்வதில் அச்சம் இருந்தாலும் உள்மனம் புதியதோர் சாகசத்திற்கு அவளை உந்தியது. குமார் எப்போதாவது அவளைக் கவனிக்கிறானா என நோட்டமிட்டுக்கொண்டாள். ஆனால் அவன் பழைய கொழுந்தன் பதவியிலிருந்து தன்னை விடுவித்துக் கொள்ளவே இல்லை.

"ஏன் கெழவி இப்ப இதே ஒன் சின்ன புள்ளைக்கி கல்யாணம் ஆகி இன்னொருத்தி இந்த ஊட்ல இருந்திருந்தா நீ இப்படி ஒரு காரியத்தைப் பண்ண துணிஞ்சிருப்பியா?" இடுப்பில் தண்ணீர் குடத்துடன் பின் வீட்டு வனசா கேட்டாள்.

"அதெப்புட்றி பண்ண முடியும், சின்னவ குடியிலயா நெருப்பை வைக்க முடியும்? ஒன் விதி அவ்ளோதான்டி லதான்னு என் பக்கத்துலையே பாயைப் போட்ருப்பேன்." எல்லாக் கேள்விகளுக்கும் ராசத்திடம் உரிய பதில் இருக்கும்.

பேரப்பிள்ளைகள் திசை மாறாமல் உள் கொடியிலேயே வளர்வார்கள் என்ற உறுதியும் தெளிவும் ராசத்திற்கு வலு

சேர்த்தது. பெரியவனின் படத்தைக் காணும்போதெல்லாம், “தொணையா நில்லுய்யா என் ராசா” எனக் கண்களைத் துடைத்துக்கொள்வாள் ராசம்.

லதாவின் பிறந்த வீட்டிலிருந்து ஆரம்பத்தில் எதிர்ப்புக் கிளம்பினாலும் ராசத்தின் நாவிற்கு யாராலும் உரக்க முடியவில்லை. மேலும் லதாவின் அப்பாவிற்கு அதில் ஒரு ஆறுதல் இல்லாமல் இல்லை.

“சும்மாவா சொல்லி வச்சானுக, தம்பி பொண்டாட்டி தான் பொண்டாட்டி, அண்ணன் பொண்டாட்டி அன்னைக்கே பொண்டாட்டின்னு..” பந்தலுக்குள் மூத்த கிழவி வழக்கம் போல் இடிக்க ஆரம்பித்தாள்.

ஆரவாரமற்று சொற்ப கூடுகையில் அந்தக் கல்யாணம் நடந்தது. சித்தப்பனையும் அம்மாவையும் மணக்கோலத்தில் பார்த்த போது பிள்ளைகளின் கண்களில் ஒரு குழப்பம் உருண்டது. “இனி இவன் சின்னப்பா இல்லடா ஒங்களுக்கு அப்பா” என்று அள்ளி முத்தம் கொஞ்சினாள் ராசம்.

மாலையுடன் ராசத்தைப் பார்த்து அரை உதட்டில் சுழித்தான் குமார். “எலேய் என்னாடா நமட்டலா சிரிக்குற?” ராசம் கிண்டினாள்.

ராசத்தின் கையைப் பிடித்து பந்தலின் மூலைக்குச் சென்றவன் “மூனு வயசுதான கொறைச்சன்னு கட்டி வச்சிப்புட்ட?” என்றான்.

“அட மடப்பய மருமவனே! அவளுக்குப் பத்து வயசு சாஸ்தின்னாலும் கட்டி வச்சிருப்பேன். நீ என்னா அவளோட குடும்பமா நடத்த போற!” தலையைச் சாய்வாக வைத்து ஒரு வெட்டு வெட்டிக் கைகளை வீசி நகர்ந்தாள் ராசம்.

சின்னவனின் கல்யாணத்தை அவனுக்கென்ற பரிவர்த்தனையில் எக்குறையும் இல்லாமல் நடத்தி வைத்தாள் ராசம். அதன் முறையிலேயே அன்றைய இரவும் தயாரானது.

ஊர் குற்றம் குறை பேசுவதை நிறுத்திவிட்டு தம்பதிகளுக்குத் தெம்பு கொடுக்கத் தயாரானது. மணப்பெண்ணை அலங்கரித்துக் கொடுத்தாள் எதிர் வீட்டு ராணி. அறையை மினுக்கி வைத்திருந்தாள் பின் வீட்டு வனசா. பிள்ளைகளைத் தூங்க

வைத்திருந்தாள் மூத்த கிழவி. இது எதிலுமே ஈடுபாடில்லாதவள் போல வழக்கம் போல் நாடகம் பார்த்துக் கொண்டிருந்தாள் ராசம்.

புது ஆண் ஒருவனைத் தன் பழகிய அறைக்குள் எதிர்பார்த்திருந்தாள் லதா. தள்ளியிருத்தலே பெருமதிப்பு என்றும் முடிவெடுத்திருந்தாள். ஆனாலும் தன் உடல் அப்படி சொல்லுமா என்பதில் அவளுக்கும் சந்தேகம் இருந்தது. மணப்பந்தலில் அவன் வாசம் அவளைத் துளைத்தபடியே இருந்தது. உடல் ஒரு போக்காகவும் அவள் ஒரு போக்காகவும் போய்க்கொண்டிருந்தார்கள்.

ஆண் நெடி இல்லாமலேயே ஆயுளை முடிப்பது என்பது அவள் கணக்கு. அப்படியொரு புனிதத்தை ஊர் சொல்லக் கேட்டு வளர்ந்தவள் அவள். ஆண் துணையின்றி இந்த ராசம் கிழவி பிள்ளைகளை வளர்த்துப் பெருமதிப்புடன் வாழ்ந்ததை ஊரே போற்றிக் கொண்டிருப்பது போல் அவளும் ஒரு புகழுக்கு ஆசைக்கொண்டாள். ஆனாலும் அவளுள் ஒரு தீ அவளுக்கு ஒத்துழைப்பதாய் இல்லை.

விடியலில் லதா தலை முழுகியிருந்தாள். நேரங்கடந்து எழுந்த குமாருக்குப் பேச்சு வார்த்தை ஏதுமின்றி ஆவி பறந்த இட்லிகளைப் பரிமாறினாள் ஈரத்துண்டினுள் புதுப்பெண். முதல் நாள் இரவிற்கும் அன்றைய காலை உணவிற்கும் எவ்வித தொடர்பும் கொடுக்காமல் சாப்பிட்டு எழுந்தான் குமார்.

அண்ணனின் தெய்வப்படத்திற்கு முன் நின்று வணங்கித் திருநீற்றைப் பூசி நிமிர்ந்த சின்னவனைப் பார்த்து ஏளனமாகச் சிரித்தாள் ராசம்.

“ஏன் மா சிரிக்கிற?” குமார் ராசத்தைக் கேட்டான்.

“அண்ணனைக் காப்பாத்த வெரசா வண்டியெடுத்தவன், பாலத்து டீக்கடையில ஓஞ்சாப்ல டீயைக் குடிச்சிட்டுச் சாவுகாசமா போனியாமே! ஒன் கூட்டாளி நேத்து ராத்திரி போதையில ஒளறிட்டுப் பந்தலுக்குள்ள கெடந்தான்” என்றவாறே ராசம் பெரியவனின் படத்தை முந்தானையால் துடைத்தாள். ஆனாலும் சிரிப்பு நிற்கவில்லை.

மறுப்பதற்கேதும் இல்லாதவனாய் வேகமாய் வெளியேறினான் சின்னவன்.

❑

விளியறிஞமலி

அப்போது ஐந்தாம் வகுப்பு படித்ததாக நினைவு. தம்பியும் நானும் பள்ளிவிட்டு வீடு திரும்பிக் கொண்டிருக்கையில் பிறந்து ஓரிரு நாள்களே ஆன நாய்க்குட்டி ஒன்று தனித்துக் கிடந்தது. தாய் நாய் அந்த இடத்தில் படுத்துக் கிடந்த தடம் மட்டும் இருந்தது. ஒவ்வொரு குட்டிகளாய்த் திருடு கொடுத்த தாயாகத்தான் இருக்க முடியும். குட்டிகளைத் தேடிச் சென்றிருக்கலாம்.

அதைக் குனிந்து தூக்கும்போது என்னை ஒரு முறை பார்த்தான் தம்பி. எனக்கு அதில் துளி விருப்பமும் இல்லை என்பது போல் அவனை விட்டு விலகி முன்னேறினேன். அம்மாவிற்கும் அப்பாவிற்கும் அந்த நாய்க்குட்டியைப் பராமரிப்பது பிடிக்கவில்லை என்றாலும் தம்பிக்காக அனுமதித்து விட்டனர். வீட்டில் உள்ள அனைவரும் நாய்க்குட்டியைத் தூக்கிக் கொஞ்சி இறக்கி விட்டனர். தெருவின் சிறுபிள்ளைகள் அத்தனை பேரும் நாய்க்குட்டியைக் கொஞ்சியாயிற்று. நான் அதை நெருங்கவே இல்லை. தூரத்திலேயே அதைப் பார்த்துக் கொண்டேன்.

நல்ல அழகான பழுப்பு நிறம் அது. அதன் கண்கள் குறுக்காக வெட்டுபட்ட ஒரே கோலிக்குண்டின் இரண்டு பாதிகளால் பொருத்தப்பட்டிருந்தன. அதன் மூக்கின் முகப்பு படகின் முடிவு போல் கூராக நிமிர்ந்திருந்தது. சிறு குட்டி என்பதால் அதன் தட்டில் பால் மட்டும் ஊற்றி வைத்தார் அம்மா. “சாப்பாடு ஏன் போடல?” எனத் தம்பி

அடம்பிடித்தபோது "குட்டிக்குப் பாலுதான் குடுக்கனும் சோறு போட்டா மண்ட வீங்கி செத்துரும்" என்று அம்மா சொன்னதும் தம்பி இன்னும் பொறுப்பாய் நடக்க ஆரம்பித்தான்.

இரவு ஏழு மணி இருக்கும். வீட்டுப்பாடம் எழுதிக் கொண்டிருந்த என் காதருகே வந்த தம்பி, "என்னோட கொஞ்சம் வாயேன்" என்றான். வெகு நேரமாக அவன் வீட்டிற்குள் இல்லாமல் நாய்க்குட்டியுடன் விளையாடிக்கொண்டுதான் இருந்தான். அம்மா அருகிலிருக்கும் கோவிலுக்குச் சென்றிருந்தார்.

நாய்க்குட்டி படுக்க வைக்கப்பட்டிருந்த இடத்தில் ஈரமாக இருந்தது. புதிதாக இரண்டு மூன்று சணல் சாக்குகளைத் தம்பி போட்டிருந்தான். அந்தக் குண்டு விளக்கின் அரைவெளிச்சத்தில் ஈரச்சாக்கிற்குள் கிடந்த நாய்க்குட்டியைக் கண்டுபிடிக்க எனக்கு நேரம் பிடித்தது.

தம்பி விசும்ப ஆரம்பித்திருந்தான்.

என்ன நடந்தது என்று விசாரித்த போது நாய்க்குட்டியை ஒரு குடம் தண்ணீர் ஊற்றிக் குளிப்பாட்டி இருக்கிறான். நாய்க்குட்டியைப் படுக்க வைத்து வெகு நிதானமாக ஒரு குடம் நீரை மெல்ல அதன் மேல் வடித்திருக்கிறான். நாய்க்குட்டியைச் சுத்தமாக வைத்துக்கொள்ள எண்ணியிருக்கிறான்.

என் இடது கையைப் பற்றிக் கொண்டு என்னைப் பார்த்த போது தம்பியின் கண்கள் கண்ணீராய்ப் பொங்கிக் கொண்டிருந்தன. அவனைப் பார்த்துக் கொண்டே இருந்த நான் மெல்ல அமர்ந்து நாய்க்குட்டியை ஒரு விரலால் தொட்டேன். வெல்வெட் துணி போல் மிருதுவாய் இருந்தது. அதன் கண்கள் இறுக்கமாக மூடியிருந்தன. அதன் தலையை நிமிர்த்தியபோது மெத்தென்று சணல் சாக்கிற்குள் மீளச் சாய்ந்தது.

"செத்துடுச்சி" என்றான் தம்பி. அவனுக்கு மூக்கெல்லாம் அடைத்திருந்தது. யாருக்கும் சொல்லாமல் வெகுநேரம் அழுதிருப்பான் போல்.

"சரி இதத் தூக்கு எங்கயாவது வீசிடுவோம்" என்றேன்.

வாய்விட்டு ஓவென அழ ஆரம்பித்து விட்டான். அம்மா வருவதற்குள் அதை அப்புறப்படுத்த வேண்டும் என்பதில் அவனுக்கும் பொறுப்பு இருந்ததால் அந்த இருட்டில் அந்த

நாய்க்குட்டியின் பிணத்தைத் தூக்கிக் கொண்டு இருவரும் குளத்தங்கரை நோக்கி நடந்தோம்.

குளத்தங்கரைக்கு நேராகப் புதிதாகக் கட்டப்பட்டுக் கொண்டிருந்த ஓர் அரசு அலுவலகத்தின் வாயிலை ஒட்டிய புதரில் அதைப் போடச் சொன்னேன்.

சற்றுத் தயங்கியவன் அழுதுகொண்டே அதை முத்தமிட்டான். பின் அதைத் துக்கிப் போட்டான். அது போய் கல் ஒன்றில் பொத்தென விழுந்ததில் அதனிடமிருந்து முனகல் போன்ற ஒரு ஒலி வந்தது. அதைக் கேட்டதும் அது உயிருடன் தான் இருக்கிறது எனப் பதறி புதரைத் துழாவி மீண்டும் தூக்கினான். அதன் தலை மீண்டும் தொங்கியது. பின்னொரு நாளில் அப்பாவிடம் இது பற்றிச் சொன்ன போது குட்டியின் வயிற்றுக்குள் அடைபட்டிருந்த காற்று வெளியேறியிருக்கும் அது முனகலாய்க் கேட்டிருக்கும் என்றார்.

பெயரே சூட்டப்படாமல் இறந்த அந்த நாய்க்குட்டியின் நினைவாக அடுத்தடுத்து டைகர், சீசர், ஜூலி என நாய்க்குட்டிகளைத் தூக்கி வந்தான் தம்பி. ஒவ்வொரு குட்டியும் அதிகபட்சமாக இரண்டு மாதங்கள்தான் தாங்கியது. பக்கத்து வீட்டிற்கு வந்த காரின் பின் சக்கரம் ஏறி ஒன்று, தெரு நாய்கள் குதறியதில் ஒன்று, காரணமே தெரியாமல் ஒன்று என அவையும் வருவதும் சாவதுமாக இருந்தன.

“ஒனக்கு நாய் ராசியே இல்ல. இனி நாய்க்குட்டியத் தூக்கிட்டு வீட்டுப்பக்கம் வந்துடாத” என்று அம்மா தம்பியைக் கண்டித்து விட்டார்.

நாய்களைக் கொண்டாடி வளர்ப்பதும் அவற்றின் பிணங்களை ஏந்தி அழுது மடிவதும் தம்பியின் வாடிக்கையாக இருந்தது. நான் எப்போதும் ஒரே போல் அவனின் நாய்க்குட்டிகளைத் தூரத்தில் வைத்தே பார்த்தேன். அவை ஒவ்வொன்றும் புதிது புதிதாக வீட்டிற்கு வரும்போதும் அவற்றின் ஈமக்காரியத்தைக் கற்பனையில் தெளிவாகப் பார்த்து விடுவேன். அவை எப்படியும் சாகத்தான் போகின்றன என்ற தீர்க்கம் எனக்குள் வந்திருந்தது.

இப்போது அவன் வளர்த்து வரும் நாயின் பெயர் ‘மணி’. நல்லதொரு கறுப்பு ‘மணி’. ஒரு பிடி சோறு கூட நான் வைக்க

மாட்டேன் ஆனாலும் பள்ளி விட்டு நான் வந்தால் என் பாவாடையைக் கவ்வி இழுத்து வாலை அதி வேகத்தில் ஆட்டும்.

மணியை முதன் முதலாகப் பார்த்த போதே அது எப்படிச் சாகும் என்ற எண்ணம் சட்டென என் மூளைக்குள் மிளிர்ந்தது. கார் சக்கரங்களில் நசுங்கியா? பெரிய நாய் ஒன்று குதறியா? அல்லது நோய்வாய்ப்பட்டா? எந்த வகையில் சாகும் என யோசித்தேன். ஒன்றில் மட்டும் உறுதியாக இருந்தேன். எப்படியும் அது செத்து விடும். அதைக் கொண்டாடிக் குழியில்தான் இடப்போகிறான் தம்பி. அதன் இறப்பால் ஒரு வாரம் வாடுவான். அதன் பொருள்களைப் பார்த்துப் பார்த்து அழுவான். பிறகு வேறொரு நாய்க்குட்டி.

தம்பி வளர வளர அவனின் செல்லப்பிராணி ஆசைகளும் வித விதமாய் வளர்ந்தன.

வெங்காயக்கூடை ஒன்றில் அணில் குட்டி ஒன்றை வளர்த்தான். அது அப்போதுதான் பிறந்த குட்டியாக மாமரத்தின் அடியில் கிடைத்தது. கூண்டிற்குள் அதைப் பார்ப்பதற்கு அழகாக இருக்கும். ஒரு நாள் பள்ளி விட்டு தம்பி வருவதற்கு முன்பே நான் வந்து விட்டேன். கொல்லைப் பக்கமாக இருந்த அம்மி மேடைக்கு மேலாக அணில் கூண்டு தொங்கிக் கொண்டிருந்தது. எனக்கு என்னவோ அன்று அந்த அணில் குட்டியைப் பக்கத்தில் பார்க்க வேண்டுமாய்த் தோன்றியது. கூண்டை கீழே இறக்கி அதைப் பார்த்தேன். சீதாப்பழ விதைகள் போல் இருந்தன அதன் கண்கள். அதன் முதுகில் ராமர் போட்ட கோடுகள் இருந்தன. அதன் விரல்களை மெல்ல தொட்டுப்பார்த்தேன். கூண்டின் மூடியை மெல்ல விலக்கினேன். அணில் குட்டி வெளியே வரவே இல்லை. இன்னும் அகலமாகத் திறந்தேன். அப்போதும் வெளியே வரவில்லை. உதட்டைக் குறுக்கி மூஞ்சூறு போல ஒலி எழுப்பி அதை வெளியே ஈர்த்தேன். மெல்ல தலையை நீட்டி கூண்டிற்கு வெளியே சுற்றிப் பார்த்தது. பின் மொத்தமாக வெளியேறிக் கூண்டின் மூடிக்கு மேலாக வந்து நின்றது.

நான் சிறிதும் எதிர்பார்க்காத வகையில் எங்கிருந்தோ புயலென வந்த மணி ‘லபக்’ என அதைக் கவ்விக் கொண்டு மறைந்தது. அணில் குட்டியின் எந்த ஒரு பாகமும் காணக்கிடைக்கவே இல்லை.

அணில் கூண்டை மீண்டும் அதன் பழைய இடத்திலேயே மாட்டிவிட்டேன். வீட்டிற்கு வந்ததும் நேராக அணில் குட்டியிடம் சென்ற தம்பி அணில் குட்டியைக் காணாததால் அங்குமிங்குமாய்த் தேடினான். எல்லோரையும் விசாரித்து விட்டு கடைசியாய் என்னிடம் வந்தான். நான் அதைப் பார்க்கவே இல்லையென அவனைப் பாராமலேயே சொல்லி விட்டு வாசலுக்குச் சென்றபோது நாக்கைச் சுழற்றிப் படுத்திருந்த மணியைப் பார்த்தேன். என்னைப் பார்த்ததும் கூடுதல் மரியாதையுடன் எழுந்து நின்று வாலை ஆட்டியது.

அணில் குட்டியை அபகரித்த மணி மட்டும் மற்ற நாய்களை விட கூடுதல் காலம் உயிருடன் இருந்தது. மூன்று மாதங்கள் தாண்டி வீட்டில் தங்கிய முதல் நாய் மணிதான். மணி சாகாததால் எனக்கு அதன் மீதான ஆத்திரம் கூடிக்கொண்டே போனது. அதற்கு வைக்கும் உணவுகளை யாருக்கும் தெரியாமல் தூரத்தில் கொட்டி விட்டு வெறும் தட்டாய் ஒரு வாரம் பட்டினி போட்டேன். அப்படிப்பட்ட நாள்களிலும் என் பாவாடையைக் கவ்வி இழுத்து விளையாடுவதை அது நிறுத்தவே இல்லை.

ஆண்டுகள் தாண்டியும் மணி சாகவே இல்லை. என் செருப்புகளை மட்டுமே கடிப்பது, என் புத்தகங்களை மட்டுமே கிழிப்பது போன்ற என் அமைதியைக் கெடுக்கும் வேலைகளையாய்த் தேடித் தேடிச் செய்துவிட்டு என் காலடியில் வந்து தஞ்சம் கேட்கும் அந்த நாயின் முட்டாள் தனத்தைச் சகிக்கவே முடியவில்லை. "ச்சீ" என்ற பெரு வெறுப்புதான் எனக்கும் அதற்குமான ஒரே உரையாடல்.

தெருவில் மணியால் ஒரு பெரிய சர்ச்சையும் வெடித்தது. தெருப்பெண்களின் துணிகள் காணாமல் போகத் துவங்கின. கொடியில் காயப்போடப்படும் உள்பாவாடைகளும், ஜாக்கெட்டுகளும் மாயமாகி வந்தன. துணிகளை இழுத்துக்கொண்டு வந்து தூங்கும் வழக்கம் கொண்டது மணி.

மாலதி அக்கா ஒரு நாள் வீட்டு வாசலுக்கே வந்து கத்திவிட்டாள். "சிங்கப்பூர் பாவாடன்னு என் அக்கா புருசன் ஆசையாசையா குடுத்த பாவாட அது. இந்த நாற நாயி எங்க இழுத்து போட்டுச்சோ தெரியலையே! நாயி கொண்டாரதெல்லாம் வாங்கி மடிச்சி பீரோக்குள்ள வச்சிக்குவா போல" என அம்மாவைப் பார்த்து அவதூறு சொன்னாள்.

“என் நாயிதான் தூக்குச்சின்னு ஆதாரத்தைக் காமிடி பாப்போம்! என் கையாலயே நாய அடிச்சி கொல்லுறேன்” அம்மாவின் குரலில் நம்பிக்கையும் ஆத்திரமும் தீப்பொறி கிளப்பியது.

“ஒனக்குதான் கொலுப்பு டைப் அடிக்கிது மிச்ச கொலுப்பு மேட்னி சோ பாக்குது, ஆதாரம் கேக்குறா ஆதாரம். திருட்டு நாயிக்கு அஞ்சடுக்கு பாதுகாப்பு. ஒன் நாயி துணி தூக்கும்போது கையும் களவுமா கொண்டாறேன். அன்னைக்கி இருக்குடி கச்சேரி” என்று கூந்தலைக் கொண்டையாக்கித் திரும்பிச் சென்றாள் மாலதி அக்கா.

வாசலில் கூடியிருந்த மற்ற பெண்களும் கலைய ஆரம்பித்தனர். சாணிக்கூடையுடன் சைக்கிளை மிதித்துக் கடந்த தீபா சத்தமாக ஒன்று சொன்னாள். “அந்த நாயி பின்னாலயே கொடை புடிச்சிக்கிட்டு ரெண்டு கால் நாய விடப்போறீங்கடியோவ்.”

ஆண்கள் கூட்டத்திலிருந்து கிச்சா மாமா மட்டும் முதலில் வெளியேறினார்.

வீட்டிற்கு வந்த தோழி ஒருத்தி விளையாட்டாய் எனை விரட்டிப் பிடித்த போது மணி பாய்ந்து அவளை மிரட்டியதில் அவள் என் வீட்டிற்கு வருவதே இல்லை. ஏன் இந்த மணி மட்டும் இன்னும் சாகவே இல்லை என மனதிற்குள் அடிக்கடி நினைத்துக் கொள்வேன்.

உப்பு விற்கும் பாட்டி அம்மாவிடம் சொன்னாள். “இந்த நாய் மட்டும் இன்னும் சாவாம ஒன் ஊட்ல நிக்குதுன்னா என்னா காரணம்னு நெனக்குற? இது பொட்ட நாயி. செல ஊட்டுக்கு பொட்ட நாயிதான் நிக்கிம். ஒனக்கு கெடா நாயி ராசியில்ல.”

தெரு முச்சந்தியில் பாலை வாங்கிக்கொண்டு வீடு திரும்புகையில் தெரு நாய் ஒன்றுடன் கூடலில் இருந்த மணி என்னைப் பார்த்ததும் முகத்தை ஒளித்துக் கொண்டது. ஆனால் புணர்ச்சியிலிருந்து விடுபடவில்லை.

அன்றிரவு தெருக்கதவைத் திறவாமல் வெளியிலேயே அதை நிறுத்தி விட்டேன். அழுது புலம்பி மன்னிப்பு கேட்டு மன்றாடுவது போல் இருந்தது அதன் குரல். தம்பி அதை எப்போதுமே மன்னித்து விடுவான். மணியின் அழுகுரல் நின்றிருந்தது. யாரோ கதவைத் திறந்து விட்டிருக்கிறார்கள்!

வீட்டிற்குள் வந்து திண்ணையில் அதன் வழக்கமான மூலையில் படுத்திருக்கும்.

பருவமடைந்து நான் தனித்துறங்கும் அந்த மூன்று நாள்களிலும் என்னை முகர்ந்து கொண்டே திரியும் மணி. கால்களில் துவங்கி முழங்கால் வழியே மோப்பம் பிடித்து வரும் அதன் முகம் பார்த்து ஓங்கி ஒன்று வைப்பேன். வலி தாளாமல் ஓடி அதன் இடத்தில் பதுங்கிக் கொள்ளும். கொடியை விட்டு கீழே விழும் என் துணிகளை மட்டும் தவறாமல் கவ்வி அதன் மூலைக்குக் கொண்டு போய் பரப்பி விரித்து அதன் மீது படுத்துக்கொள்ளும்.

சைக்கிள் பெல்லை அடித்துக் கொண்டே வீட்டைக் கடக்கும் என் வயதுப் பையன்களைத் தெருமுனை வரை விரட்டி வெளியேற்றி விட்டுத்தான் வீடு வந்து சேரும். எனக்கு மிகவும் பிடித்த அசோக்கை இப்படி விரட்டியதில் அவன் பள்ளத்திற்குள் சைக்கிளுடன் விழுந்ததில் அவனின் கை எலும்பு முறிந்தது. தொட்டிலில் தொங்கும் கையுடன் அவனைப் பார்க்கும்போதெல்லாம் இந்த நாய் செத்தால்தான் நிம்மதி என வாய்க்குள் கத்திக் கொள்வேன்.

என்றைக்கும் இல்லாமல் அன்றொரு நாள் மணியைச் சங்கிலி கொண்டு கட்டி வைத்தான் தம்பி. விசாரித்ததில் நகராட்சியிலிருந்து நாய்களைப் பிடித்து ஊசி போட்டுக் கொல்கிறார்கள் எனத் தெரிய வந்தது. காய்ச்சல் வருவது போல் இருக்கிறது எனப் பொய் சொல்லிப் பள்ளிக்குச் செல்லாமல் மணியைத் தீர்த்துக் கட்டும் முடிவில் இறங்கினேன். மணியை அவிழ்த்து விட்டு தெருவில் வந்து நின்றேன். என் பின்னாலேயே மணியும் வந்து நின்றது. நகராட்சி வண்டி தெருவிற்குள் நுழைவது கண்டு எல்லா நாய்களும் ஓடி ஒளிந்தன. என் பக்கத்தில் நின்று கொண்டிருந்த மணி எந்தச் சலனமும் இன்றி அஞ்சாமல் நின்று கொண்டிருந்தது.

நீண்டதொரு குச்சியின் முனையில் சுருக்குடன் வந்த அந்த மனிதர் மணியைக் கடந்து சென்றார். அவர் மணியைக் கவனிக்காமல் சென்றதில் அவரின் பொறுப்பற்றத்தனம் தெரிந்தது. நான் கைதட்டி அவரை நிறுத்தினேன். அவர் திரும்பி என்னைப் பார்த்தபோது கைச்சாடையில் மணியைக் காட்டினேன். எனக்காக அதை விட்டுச்செல்வதாய்க் காற்றில் சொன்னார். திட்டம் தோற்றதில் வீட்டிற்குள் வந்து படுத்துக்

கொண்டேன். விழித்த போது உண்மையில் காய்ச்சல் படர்ந்திருந்தது. ஒரு வாரம் படுத்த படுக்கையாக வண்ண வண்ண மாத்திரைகளுடன் கழிந்தது.

ஒரு வாரமாக மணி சரியாகச் சாப்பிடவில்லையெனச் சுட்டிக்காட்டி எனக்கும் அதற்குமான பாலம் ஒன்றை அம்மா தயார்படுத்தினார். "நீ எதுவுமே செய்யலன்னாலும் ஒன்னையேதான் சுத்துது இந்த மணி" என்று தம்பியும் அங்கலாய்த்தான்.

புடைத்த வயிற்றுடன் உருண்டு திரண்டு நடக்க ஆரம்பித்திருந்தது மணி. எல்லோரும் மணி மீது அதிக அக்கறை எடுத்துக்கொண்டனர். பார்க்கும் இடங்களிலெல்லாம் படுத்து உறங்கிக் கொண்டே இருந்தது. அதன் கறுத்த ரோமங்கள் பளபளக்கத் துவங்கியிருந்தன. முன்பிருந்த குறும்புத்தனங்கள் எதுவுமே இப்போது அதனிடம் இல்லை. வயிறு தரையைத் தொடும் அளவிற்கு அதன் முலைகள் தாழ்ந்து கனத்தன. என்னையும் அது கண்டு கொள்வதே இல்லை என்பதில் உள்ளபடியே பெரும் மகிழ்ச்சி. என் பாவாடையைக் கவ்வித் திரியும் அதன் சுறுசுறுப்பு எனக்கு அருவருப்பாகவே இருந்திருக்கிறது.

ஒரு அதிகாலையில் பாதி உறக்கத்திற்குள் நான் இருந்த போது தம்பி அம்மாவிடம் எதையோ விவரித்துக் கொண்டிருந்தான்.

"அஞ்சு குட்டிமா. ஆனா ஒன்னு கூட மணி போலவே இல்ல."

"அவ அபூர்வப் பெறவிடா. அவள மாதிரில்லாம் இன்னொன்னு கெடைக்காது. சரி நீ சும்மா சும்மா அவ பக்கத்துல போவாத. புள்ள பெத்தவ கொணம் ஒரு நெலையா இருக்காது. கடிச்சிப்புடுவா. இந்தா இந்தப் பாலைக் கொண்டு போய் ஓரமா நின்னு ஊத்திட்டு வா."

அவன் வெளியேறிய போது ஆர்வமே இல்லாதவள் போல தலையைச் சொறிந்து கொண்டு திண்ணைப் பக்கம் சென்றேன். அங்கே யாருமே இல்லை. பால் குவளையுடன் தெருவில் இறங்கி நடந்து சென்றான் தம்பி.

மணி எங்கே என்று அம்மாவிடம் கேட்பதில் ஏதோ ஓர் அசௌகரியம் என்னிடம். தம்பி உள்ளே வந்து மணியின் இடத்தைச் சுத்தப்படுத்திக் கொண்டிருந்தான்.

“இனி அது தொல்ல இருக்காது” என்று சொல்லியவாறு அவனைக் கடந்தேன்.

“யார சொல்ற?’ தம்பி கேட்டான்.

“அதான் ஒன் வளப்பு கருப்பி.”

“வாய மூடு. ஒரு வாரத்துல வந்துடுவா மணி. கிச்சா மாமா வீட்டு சந்துலதான் குட்டி போட்ருக்கா.”

வேண்டிய தகவல் கிடைத்து விட்டது.

என் கண்களில் எங்கேயும் மணியும் அதன் குட்டிகளும் படவே இல்லை.

ஒரு நாள் தொங்கிய பால் காம்புகளுடன் வாசலில் நின்றது மணி. மிகவும் வாட்டத்துடன் இருந்தது அதன் முகம். நான் வழக்கம்போல் அதைச் சட்டை செய்யாமல் சைக்கிளை வெளியே இழுத்துத் தெருவிற்குள் சென்றேன்.

திண்ணை நாய்க்கவுச்சி இன்றி சுதந்திரமாக இருந்தது. சணல் சாக்குகள் அப்புறப்படுத்தப்பட்ட பின் திண்ணை ஒரு கை கூடுதல் அகலமாக இருந்தது. மணி இல்லாத திண்ணை வெளிச்சம் கூடி பிரகாசமாக இருந்தது.

பூ விற்கும் மாரியம்மாள் கைகள் நிரம்ப மருதாணியிட்டு கனகாம்பரத்தை ஒரு முழம் அளந்து கிள்ளிய போது அவளின் கைகள் வெள்ளித் தாம்பாளத்தில் இட்ட குங்குமப்பொட்டுகள் போல பூரணமாய் இருந்தன. எனக்கும் உடனே மருதாணி வைத்துக் கொள்ள வேண்டும் என்கிற ஆசை.

மதியம் மூன்று மணியைத் தாண்டியிருக்கும். மருதாணி பறிப்பதற்காக பக்கத்தில் மலர் அக்கா வீட்டிற்குச் சென்றேன். இலைகளே இல்லாமல் குச்சிகள் முள்களைத் தாங்கி வறண்டு நின்றன.

“இங்க எல்லார் ஊட்லயும் மருதாணி இப்டித்தான் மொட்டயா நிக்கிது. அங்கொன்னும் இங்கொன்னுமா எலை ஒட்டியிருக்கு. வெய்யிலு அப்புடி இருக்குடி யாத்தே!” மலர் அக்கா விசிறி மட்டையை வைத்து விசிறிக்கொண்டாள்.

வெறும் கையுடன் வெளியில் வந்தபோது சாணிக்கூடை வைத்த சைக்கிளில் தீபா நின்றாள்.

“நெம்மேலி கௌவி ஊட்டு கொல்லப் பக்கம் ஒரு மருதாணிக் குத்து இருக்கு. கொளத்து எறக்கத்துல மரமா மலந்து நிக்கிது. கவனமா பறிச்சிக்க. கௌவி ஊர்ல இல்ல வேளாங்கண்ணி போய்ருக்கா” என்று சொல்லித் தெருவில் கிடந்த மாட்டுச் சாணியை உருண்டையாக்கிக் கூடையில் போட்டுக்கொண்டு சைக்கிளில் நகர்ந்தாள் தீபா.

நெம்மேலி கிழவி இருந்திருந்தால் வாசலில் கூட நிற்க விட்டிருக்க மாட்டாள். வீட்டின் இடப்பக்க சந்து வழியாகக் குப்பைகளையும் சுள்ளிகளையும் கடந்து கொல்லையை அடைந்த பொழுது புழங்கிய வீட்டின் தனிமை இருந்தது. கிணற்றடிக்குச் செல்லும் பாதையின் முடிவில் கிணற்றை ஒட்டியே குளம் துவங்கி விட்டது. அடிவாரத்தில் மருதாணி இலைகள் குத்து குத்தாகச் சிறு காற்றில் உதறிக்கொண்டிருந்தன.

குளத்தில் அவ்வளவாக நீர் இல்லை. ஆழ இறங்கினாலும் கணுக்கால் அளவிலே கிடக்கும். இந்தப் பள்ளத்தில் கொண்டு போய் மருதாணியை வைத்திருக்கிறாள் கிழவி என்று கடுகடுத்துக் கொண்டே பாவாடையைத் தூக்கிச் செருகிக்கொண்டு மெல்ல இறங்கினேன். கிணற்றடிக்கும் குளத்தடிக்குமாய் ஒரு குளுமை உண்டாகியதோடு மாமரம் ஒன்று வளைந்து குளத்து வெடிப்பைத் தொட்டதில் அந்த இடமே போதுமான இருட்டிற்குள் இருந்தது.

நீண்ட பச்சை நிற இளங்கிளைகளின் அடியிலிருந்து பசு மடியைக் கறப்பது போல் உருவியதில் ஒரு இலை கூட விடுபடாமல் சரசரவென கைக்குள் சேர்ந்தது மருதாணி. தாவி தாவி உருவிக்கொண்டே இருந்ததில் நான் வாங்கியிருந்த தனிமையை மறந்துவிட்டேன். பை நிரம்ப இன்னும் ஒரு கொத்துதான் என்ற நிலையில் திடீரென ஒரு அச்சம் உடல் முழுக்க நெருக்கியது.

எனக்குப் பின்னால் யாரோ ஒருவர் நெடு நேரம் நிற்பது போல் அப்போதுதான் உணர்ந்தேன்.

மாமரத்தின் இருள் மேலும் அடர்ந்தது.

மருதாணியின் வேருக்குள் புகுந்து ஒளிந்து கொள்ளத் தோன்றியது.

இப்படித்தான் காரணமே இல்லாமல் சில கணிப்புகளைத் தானாகவே என் மனம் அரங்கேற்றும். கண்ணாடி பாட்டில் ஒன்றை அம்மா கழுவிக்கொண்டிருந்த போது அது உடைவது போல் ஒரு எண்ணம் தோன்றிய அக்கணமே அம்மாவின் கைகளைவிட்டு கீழே விழுந்து உடைந்தது. திடும் என எனக்குள் உணர்த்தும் சில குறியீடுகளை நான் அலட்சியம் செய்வதே இல்லை.

மெல்லத் திரும்பி வற்றும் குளத்தின் நீர்த்தடத்தைப் பார்த்தேன். என் கால்களிலிருந்து இரண்டடி தொலைவில் குளத்தின் ஈரம் துவங்கியிருந்தது. அந்த ஈரம் கூர்முகத்துடன் நாக்கை நீட்டி ஊர்ந்து முன்னேறியது. அதன் பின்நீளம் அத்தனையும் நீருக்குள் இருந்தது. என்னிலிருந்து ஓரடிக்கு முன் இப்போது அது முன்னேறி இருந்தது. நான் உறைந்து நெடுநேரம் ஆகிவிட்டது.

அள்ளிச் சொருகியதில் முட்டிவரை ஏறியிருந்த பாவாடையின் வரம்புகள் மட்டத்திற்கு அந்தக் கூர்முகம் வளர்ந்து தன் முகத்தைப் படர்த்திப் படம் எடுத்தது. நானும் அசையவில்லை அதுவும் அசையவில்லை. என் உயிர் என் உடலை விட்டு வடியும் நிகழ்வைக் கண்கொண்டு பார்த்தேன். மரணம் என்னைவிட உயரம் குறைவாக முதுகெலும்பற்று நின்றது.

கண்களை இறுக்க மூடிக் கொண்டேன். பாம்பின் மூச்சு மிகத் தெளிவாகக் கேட்ட போது கூடவே ஒரு உறுமலும் சேர்ந்து கொண்டது. கண்களைத் திறந்தேன். பாம்பிற்கும் எனக்கும் இடையே மணி நின்றது. அதன் முகம் முழுக்க பற்கள் மட்டுமே இருப்பது போல் அவலட்சணமாக உறுமியது. பாம்பு நகர்வதாய் இல்லை. மணியும் திரும்புவதாய் இல்லை.

மெல்ல நான் எனது இடது காலை ஓரடி வைத்து நகர்ந்தேன். மணிக்கும் பாம்பிற்குமான தனிப்பட்ட பிரச்சினையாக அது மாறியிருந்தது. கீழே விழுந்திருந்த மருதாணிப்பையையும் மறக்காமல் எடுத்துக்கொண்டேன். மெல்ல ஏறி கிணற்றடியில் நின்று நான் பார்த்தபொழுது மணியின் வாயில் பாம்பின் நடு உடம்பு சிக்கியிருந்தது. ஆனாலும் பாம்பு நெளிந்து கொண்டிருந்தது. அதற்கு மேல் அங்கே நிற்காமல் வீட்டிற்கு ஓடினேன்.

வீட்டில் யாரிடமும் அது பற்றிச் சொல்லவே இல்லை. பத்து நிமிடத்திற்கெல்லாம் அம்மாவின் அபயக்குரல் ஒலித்தது.

வாசலுக்கு ஓடிப்பார்த்த போது வாயில் பாம்பின் நடு உடலைக் கவ்வியபடி அதன் மீதியைத் தெருவெங்கும் இழுத்தவாறு வந்து நின்றது மணி. என்னைப் பார்த்ததும் அந்தப் பாம்பைக் கீழே போட்டது.

பூரித்துப்போன அம்மா தெருவிற்கே மணியின் வீரத்தை அறிவித்துக் கொண்டிருந்தார். "ஆறடிப்பாம்ப எவ்ளோ சாதாரணமா கொண்டாந்துருக்கு பாரு!" என்று ஆர்ப்பரித்துக் கொண்டே மணியின் அருகே ஓடிய அம்மாவை அப்பா பிடித்திழுத்தார். அப்பாவிடம் ஒரு நிதானம் தெரிந்தது. தீர்க்கமாக மணியைப் பார்த்தார். பதிலுக்கு அதே வித நிச்சலனத்தில் மணியும் அப்பாவைப் பார்த்தது.

"அதத் தொடாத" என்றார் அம்மாவிடம்.

அவர் சொல்லி முடிக்கவும் மணி சரியவும் சரியாக இருந்தது.

அம்மா வயிற்றில் அடித்துக்கொண்டு ஒப்பாரி வைக்க ஆரம்பித்தார். தம்பி அவனுடைய சட்டை காலரில் கண்களைத் தொடர்ந்து துடைத்துக்கொண்டே இருந்தான்.

படுகாயத்துடன் இறந்து கிடந்த பாம்பைப் பார்த்துக்கொண்டே வீட்டிற்கு எதிர்ப்புறம் நடந்தேன். தூரம் போகப் போக பாம்பின் உடல் என் பார்வையில் சுருங்கிக்கொண்டே போனது. எதிர்வீட்டு வாசலில் இருந்த நந்தியாவட்டை மரத்தடியில் உட்கார்ந்தேன். மணியின் பிள்ளைகள் கிச்சா மாமா வீட்டுச் சந்திலிருந்து தத்தி தத்தி வெளிவந்தன. கீழே விளையாடிக்கொண்டிருந்த அணில் குட்டி ஒன்று மரம் ஏறி மறைந்தது.

தன் உள்பாவாடையைத் தேடிக்கொண்டு புதுக்குடித்தனக்காரி விஜயா வந்து நின்றாள். கிச்சா மாமா வீட்டுப்பக்கமாகக் கையைக் காட்டினேன்.

❏

மடக்கொடி

நித்யா வீட்டிற்கும் லீலா அத்தை வீட்டிற்கும் ஒரு முள்வேலிதான் தடுப்பு.

லீலாவை அத்தை என அழைக்க யார் சொல்லிக் கொடுத்தது என நினைவில்லை. நித்யா நடை பழகியதே அத்தையைத் தேடிப் போவதற்காகத்தான்.

அவள் புகுந்து புகுந்து அவளின் உடலுக்கான வழி மட்டும் வேலியைக் குடைந்து திறந்திருந்தது. நித்யாவின் எல்லாப் பாவாடைகளிலும் வேலி கிழித்த ஏதேனும் ஒரு சிறு கிழிசலாவது இருக்கும். அதிகாலையில் அத்தை விழிக்கும் முன் அவளின் பக்கத்தில் படுத்துக்கொள்ள ஓடுவாள். ஆனாலும் ஒரு நாளும் அத்தையை அதிகாலைப் படுக்கையில் பார்த்ததே இல்லை.

எவ்வளவு கருக்கலில் நித்யா சென்றாலும் அத்தை முன்னரே விழித்தபடி அன்றைய நாளுக்குத் தயாராகிக் கொண்டிருப்பாள். வாசல் முழுக்க வித வித அழகில் தாமரைப்பூக்களாய் வரைந்திருப்பாள். நான்கு தாமரைப்பூக்கள் ஒரே வட்டத்தைச் சுற்றி முகம் வைத்தாற் போலான கோலம் மட்டும் வாரத்தில் இரண்டு முறை இடம்பெறும்.

செங்காமட்டையால் அதன் ஓரங்களை அலங்கரித்திருப்பாள்.

அத்தை நோயுடன் இருந்த நாள்களிலும் வாசல் பொலிவுடன் படர்ந்திருக்கும்.

சில அதிகாலைகளில் மாமாவின் கைகளுக்குள் அத்தை நசுங்கியபடி நின்று கொண்டிருப்பாள். நித்யா, அத்தை என்று சத்தம் போட்டு அழைத்ததும் மாமாவின் கைகளிலிருந்து அவசரமாய் விடுபடுவாள். மாமா நல்ல கறுப்பு. மாமாவின் தோள்பட்டைகளில் அத்தையின் கைகள் இருக்கும்போது மாமாவிற்குச் சந்தனக்காப்பு இட்டது போல் இருக்கும்.

அத்தையை நம்பித்தான் மாமா. மாமாவை நம்பித்தான் வீட்டின் மீதி கதாபாத்திரங்கள். மாமாவின் அம்மா, கணவனை இழந்த பிள்ளைகளற்ற இரண்டு அக்காக்கள், அத்தையின் மகள்களும் மகனும் எனக் கூட்டம் நிரம்பி இருக்கும். நித்யாவின் வீட்டை விட அத்தையின் வீடு சற்றுப் பெரிதுதான் என்றாலும் அத்தை வீட்டில் எங்கும் ஆட்கள் இருப்பார்கள். இதனாலேயே அந்த வீடு புறாக்கூடு போல சுருங்கித் தெரியும்.

வீட்டில் யாருக்கு என்ன வேண்டும் என்றாலும் அத்தையிடம் தான் முறையிட்டாக வேண்டும். மாமாவின் வருமானத்தை மட்டும் வைத்துக் கொண்டு அத்தையால் அனைத்தையும் சரிகட்டவே முடியாது. துணி தைத்துக் கொடுப்பாள். ஊறுகாய் போடுவாள். சிவன் கோவிலுக்குச் சமைத்துக் கொடுப்பாள். வீட்டில் இருப்போர் கொடுக்கும் ஒத்தாசை அதற்கு போதவே போதாது என்றாலும் அத்தை குறைபட்டுக்கொள்ள மாட்டாள். அத்தைக்குப் பைதூக்கியாக எப்போதுமே நித்யாதான். அவள் பள்ளிக்குச் செல்லும்போது மட்டுமே அத்தைக்குத் தனிமை வாய்க்கும்.

எட்டு வயதிலும் பள்ளி விட்டு வந்ததும் ஓடிச்சென்று அத்தை மடியில் படுத்துக் கொள்வான் அத்தை மகன். அவனின் உயரம் அத்தையின் மடிக்குள் மடங்கவே மடங்காது. அக்கம் பக்கம் யார் இருக்கிறார் என்றெல்லாம் பாராமல் அத்தையின் புடவையை விலக்கிப் பால் குடிக்க ஆரம்பித்து விடுவான். அவனின் பெரிய தலையால் அத்தை புடைப்பாய்த் தெரிவாள்.

அவனைக் கண்டாலே நித்யாவிற்கு அருவருப்பாய் இருக்கும். மாமாவின் அக்காக்களும் அவனைப் பரிகாசம் செய்வர்.

"இந்த வயசுக்கும் பாலக் குடிக்கிறான்னு குடுக்கிறியே பொம்பளயாடி நீ!" என்பார்கள்.

“புள்ள ஆசையா வாய வைக்கும்போது ஒதறி உட மனசே வரல” என்பாள் அத்தை. நான்காம் வகுப்பில்தான் பால்குடியை விட்டான் அவன். அவனும் நித்யாவும் ஒரே வகுப்புதான். இருவரும் ஒருவரை ஒருவர் பாரபட்சமின்றி புறக்கணித்தனர். அவனுக்கும் நித்யாவிற்கும் பேச்சுவார்த்தையே இருக்காது.

அத்தையின் தாலியை ஒட்டி ஒரு அங்குலத்திற்கும் சிறியதான சாவி ஒன்று கோக்கப்பட்டு இருக்கும். அத்தையிடம் பெரிய இரும்புப் பெட்டி ஒன்று இருக்கும். அதன் சாவிதான் அது. தவணைக்காரன் வந்து விட்டால் அவசரமாய் ஓடி பெட்டிக்கு முன் குனிந்து கழுத்துச் சாவியுடன் பெட்டியைத் திறப்பாள். புடவைக்குக் கீழே தொங்கும் தாலியைப் பெட்டியில் தொங்கும் பூட்டிற்கு முன்பாக நீட்டும்போது புடவை மொத்தமாய் அகன்றுவிடும். அத்தையின் நிறம் அப்பட்டமாய்த் தெரியும். கழுத்தில் பதிந்தாற்போல் இருக்கும் ஜாக்கெட்டின் விளிம்பில் அத்தையின் மொத்த அழகும் திணிப்பட்டிருக்கும்.

தவணைக்காரனிடம் பணத்தை நீட்டும்போதுதான் கலைந்திருக்கும் மாராப்பை சரி செய்வாள். தவணைக்காரன் பணத்தை வாங்கும்போது அத்தையின் உள்ளங்கையில் தன் ஆள்காட்டி விரலால் ஒரு கோடு போடுவான். சில நேரங்களில் பாதி பணம் மட்டும் வாங்கிக்கொண்டு சென்று விடுவான்.

ஒரு நாள் இரவு சாப்பாட்டில் மாமாவின் பக்கத்தில் புதிதாய் ஒருவன் அமர்ந்து சாப்பிட்டுக் கொண்டிருந்தான். மாமா அவனை ‘ஒதவி’ என அழைத்தார்.

அவனுக்கு நிச்சயம் அவனது பெற்றோர் வைத்த பெயர் வேறு எதுவோவாகத்தான் இருக்க வேண்டும். அவனுக்கு ‘உதவி’ என்று யார் பெயர் வைத்தது என்பது அவனுக்கே வெளிச்சம். அத்தையின் மகள்கள் அவனை ‘எடுபுடி’ என்பர்.

உதவி, அத்தை வீட்டிற்கு வந்ததிலிருந்து அத்தைக்கு நிழலாய் நித்யாவால் பின்தொடரவே முடியவில்லை. அத்தைக்கு எல்லா வேலைகளையும் அவனே செய்து கொண்டிருந்தான். மாமா வேலைக்குச் செல்லும்போது அவருடனே செல்வான். ஆனால் ஏதேதோ காரணத்தில் அத்தைக்கு உதவ சீக்கிரமே வீட்டிற்கு வந்துவிடுவான். நித்யாவின் இடத்தைப் பூரணமாய் உதவி ஆக்கிரமித்திருந்தான்.

மாமாவிடமிருந்து மர ஆசாரி வேலைகளை நன்கு கற்றுக் கொண்டான். அவனில்லாமல் மாமாவால் எந்தப் புது வேலையையும் ஒப்புக் கொள்ளவே முடியாது என்ற நிலைக்கு வளர்ந்து நின்றான். அத்தையை அக்கா என்றுதான் அழைப்பான். மாமாவின் சகோதரிகளுக்கு அவனைப் பிடிக்கவே இல்லை. ஆனாலும் அவர்களுக்கும் உதவிக் கொண்டே இருந்தான்.

அத்தை வீட்டிற்கு மின்சார கணக்கீட்டிற்கு வந்த ஒருவர் அத்தையிடம் சிரித்துச் சிரித்துப் பேசினார். அத்தை எதுவுமே பேசாமல் 'ம்' கொட்டிக் கொண்டிருந்தாள். ஒரு கட்டத்தில் நித்யாவைப் பார்த்த அவர், அவளின் பெயர், பள்ளி, வகுப்பு என எல்லாவற்றையும் விசாரித்துவிட்டு, "ஒனக்கு புறா பிடிக்குமா?" என்றார். வாஞ்சையுடன் கேட்ட அவரிடம் துறு துறு வென, "ம்ம்ம்..பிடிக்குமே" என்றாள்.

"கோயில் மாடத்துல நெறய புறா இருக்கு. என் கூட வரியா புடிச்சுத் தரேன்" என்று நித்யாவின் கன்னத்தைக் கிள்ளி கேட்டார்.

அவர் கேட்ட உடனேயே, "வர்றேன்" என அவர்பக்கம் நகர்ந்த நித்யாவை இழுத்து நிறுத்தினாள் அத்தை.

"இன்னோரு நாள் போலாம் டி. உளுந்து கழுவனும் இரு" என்றாள்.

"போ அத்த எனக்குப் புறா வேணும்" என அவளை உதறிவிட்டு அவர் பக்கமாகச் செல்ல முயன்றாள் நித்யா.

மீண்டும் இழுத்து, "எங்க போவப்போவுது புறா? புடிச்சிக்கலாம்" எனத் தன் பக்கம் ஆழ நிறுத்தினாள் அத்தை. தாடையைச் சொறிந்து கொண்டே சிரித்துக் கொண்டிருந்த அவரை வாசல் வரை சென்று வழியனுப்பி வைத்தாள். அவர் சென்றதும் நித்யாவின் தலையில் குட்டினாள்.

"இன்னும் பப்பாவா நீயி! வளந்த புள்ளயா நடந்துக்கடி, ரெண்டு மாசம் முன்ன பலூன் விக்குறவன் நெஞ்சைக் கிள்ளிப்புட்டான்னு ஒப்பாரி வச்சியே மறந்துட்டியா! இந்தாளு புறா புடிக்க கூப்ட்றான்னு நெனச்சியா? பாவாடயத் தூக்குவான். புத்திய வளத்துக்க. ஒடம்பு வளருது."

அத்தை என்ன சொல்கிறாள் என்பதை முழுதாகக் கவனிக்காமல் பிரித்தெடுத்த உளுந்து தோலிற்குள் கைகளை விட்டு விளையாடிக் கொண்டிருந்தாள் நித்யா.

தேர்விற்குச் செல்ல நேரமாகிவிட்டது. "ஒதவியக் கொண்டாந்து உட சொல்றன் கண்ணக் கசக்காதடி" என்றாள் அத்தை. "ஒன்னும் வேணாம் போ. அவனும் அவன் மூஞ்சியும். குளிச்சி எத்தன மாசமாச்சோ!" விருட்டென நடக்க ஆரம்பித்தாள் நித்யா.

உள்ளுக்குள் தேர்விற்கு நேரமாகியதன் பயம். நடந்து கொண்டிருக்கும் நித்யாவின் பக்கத்தில் வேகமாய் வந்து சைக்கிளை நிறுத்தி, "ஏறு பொண்ணே" என்றான் உதவி. ஆபத்திற்குப் பாவமில்லையென மறுப்பேதும் சொல்லாமல் ஏறிக்கொண்டாள். அதுதான் அவன் நித்யாவிற்குச் செய்த முதல் உதவி. பள்ளி செல்லும் வரையிலும் நித்யாவும் உதவியும் பேசிக்கொள்ளவே இல்லை. பள்ளி வந்ததும் அவளை இறக்கி விட்டுத் திரும்பிக் கூட பார்க்காமல் சைக்கிளை ஏறி மிதித்து வந்த வழியே விரைந்தான்.

அவன் அப்படித் தானுண்டு தன் உதவி உண்டு என ஒரே நேர்க்கோட்டில் சென்றது நித்யாவைக் குடைய ஆரம்பித்தது. தன்னைக் கண்டு கொள்ளாமல் அவன் பாட்டில் திரியும் உதவியின் மேல் தனி ஆர்வம் பிறந்தது. எட்டாவது வந்ததும் அத்தை மகன் கூட நித்யாவை ஓரக்கண்களில் அளக்க ஆரம்பித்திருந்தான். உதவியை நித்யா எந்த வகையிலும் கவனப்படுத்தவே இல்லை.

உதவிக்கும் அத்தை மகனுக்கும் எந்த வம்பு வழக்கும் இல்லாமல் இருந்தது உள்ளபடியே பெரிய மர்மம் தான். அவனிருக்கும் இடத்தில் இவன் இருப்பதில்லை. இவன் செல்லும் வழிகளை அவன் தொடுவதில்லை எனக் கனக்கச்சிதமாய் வாழ்ந்தனர். அத்தை மகனின் அநேக வேலைகளை உதவி செய்து விடுவதால் ஏற்பட்ட தளர்வாய்க் கூட இருக்கலாம்.

அத்தைக்குத் தண்ணீர்க்குடம் தூக்குவதிலிருந்து அத்தையின் புடவையைத் தண்ணீர் சொட்ட சொட்ட கொடியில் தொங்கவிடுவது வரை வீட்டின் எல்லாப் பகுதியிலும் ஏதோ ஒரு காட்சியில் நிறைந்திருந்தான் உதவி. ஏதாவதொரு வேலையைச் சொல்லி மாமா அவனை வசை பாடிக்கொண்டே இருப்பார். அவரே பார்த்திராத அவனின் அம்மாவை இழுத்துக் கூட

கொச்சையாக விலாசுவார். உதவி அப்படியே கல் போல நிற்பான். ஒரு வார்த்தை கூட எதிர்த்துப் பேச மாட்டான்.

ஒரு நாள் மாலையில் மாமா உதவியைத் தெருவில் இழுத்துப் புழுதியில் புரட்டி பலம் கொண்டு உதைத்துக் கொண்டிருந்தார். பள்ளி விட்டு வீடு திரும்பும்போது அதைப் பார்த்துக் கொண்டே நித்யா வந்தாள். அத்தனை உதையையும் வாங்கிக் கொண்டிருந்தவன் தலையைத் தூக்கி நித்யாவைப் பார்த்து விட்டு மீண்டும் புழுதிக்குள் புதைந்து கொண்டான்.

"நன்றி கெட்ட நாயே! அநாதைப் பயன்னு ஆதரவா இருந்தா சோத்துப் பானையில வாய வப்பியாடா? உசுரோட உட மாட்டன்டா ஒன்ன"' என வீட்டிற்குள் ஓடிச்சென்று ஒரு அரிவாளுடன் வீதி வந்தார் மாமா.

அவர் பின்னாலேயே மாமாவின் அக்கா ஓடி வந்து அவரை மறைத்தார். "இவன வெட்டிப்புட்டு நீ செயிலுக்குப் போய்ட்டா ஒன் புள்ளயல யாரு பாக்குறது? அவன ஊட்டுக்குள்ள சேக்காதன்னு கெடயா கத்துனேன். கேட்டியா? இப்ப பாரு வயசுப் பொண்ணு குளிக்கிறத எட்டி பாத்துட்டான்" என்றதும் மாமா அவள் வாயைப் பொத்தினார்.

"அறிவிருக்கா சத்தமா சொல்லாத. என் பொண்ணு வாழ்க்க என்னாவுறது?" என்று தணிந்த குரலெடுத்தார் மாமா.

"இப்ப தெருவே வேடிக்கைப் பாக்குதே! ஒவ்வொருத்தர் ஒவ்வொரு கதை கட்டத்தான் போறாங்க. ஒனக்கு மட்டும் ஒரு நாயம்டா. என்னத்தையோ பண்ணு. ஒன் பாடு" என்று அவ்விடம் விட்டு அகன்ற மாமாவின் அக்கா வீட்டின் மற்ற உறுப்பினர்களையும் வீட்டிற்குள் அழைத்துச் சென்றாள்.

அத்தை மட்டும் அந்த மாதுளை மரத்தை விட்டு அகலவே இல்லை. மரத்தை ஒட்டித் தன் கன்னங்களை வைத்துக் கண்ணீர் விட்டுக் கொண்டிருந்தாள்.

"இந்த ஆவாத பயலுக்கு எரக்கப்பட்டது போதும்டி. உள்ள வா" என்றவாறே அரிவாளும் கையுமாக வீட்டிற்குள் சென்றார் மாமா.

மாமா நல்ல கனமான மனிதர். அவரின் அடியையும் உதையையும் எலும்பும் தோலுமாய் இருந்த உதவி எப்படித்தான்

தாங்கினானோ! நித்யாவிற்கு அதிர்ச்சியாக இருந்தது. கால்களை மெல்ல இழுத்து ஒன்று சேர்த்துக் கைகளை ஊன்றித் தட்டுத்தடுமாறி எழுந்தான். வேலிக்கு அப்பால் நின்று கொண்டு அத்தையையும் உதவியையும் பார்த்துக் கொண்டிருந்தாள் நித்யா. எழுந்தவன் ஒரு நொடிதான் அத்தையைப் பார்த்தான். பிறகு நொண்டிக்கொண்டே தெருவை விட்டு வெளியேறினான். தெருமுனை வரை அவன் பின்னாலேயே சென்ற நித்யாவை ஒரு முறை கூட அவன் திரும்பிப் பார்க்கவே இல்லை.

அத்தை மீண்டும் நித்யாவிற்கு மட்டும் என ஆனாள். அத்தையின் கண்கள் நீர்கோர்த்தபடியே இருந்தன. மாமாவிற்கும் அத்தைக்கும் பேச்சு வார்த்தையே நின்றது போல் ஆகியது. ஆனால் வீட்டில் எல்லோருக்குமான தனது வழக்கங்களிலிருந்து அவள் விடுபடவே இல்லை. சர்க்கரை அற்ற காபிகளைக் கவனமாக ஆள் பார்த்துக் கொடுத்துக் கொண்டிருந்தாள்.

தோழியின் திருமணத்திற்குத் தயாராகிக் கொண்டிருந்த அத்தை மகளின் ஜாக்கெட் அன்று தயாராக இல்லை. வேலை அலமலப்பில் அத்தை அதை மறந்து விட்டாள். நினைத்த புடவையை உடுத்த முடியாத ஏமாற்றத்தில் பொரிந்து கொண்டிருந்தாள் அத்தை மகள்.

"அவன வச்சிக்கிட்டு ஆட்டம் போட்டன்னுதான் ஒரு பொய்யச் சொல்லி அவன கௌப்பி உட்டேன். இன்னும் அவன் நெனப்பு போவலியோ?" என்ற கேள்வியுடன் அத்தையின் முன் அவள் உயரத்திற்குச் சமமாய் நின்றாள் அவளின் இளைய மகள்.

மகளின் வார்த்தைகளால் எந்தக் காயமும் அடையாதவளாய்த் தன்னுடைய தினசரிக்குள் சென்று வந்து கொண்டிருந்தாள் அத்தை. அதைக் கேட்டதில் அதிர்ச்சிக்குள்ளாகியது நித்யா மட்டுமே. அவ்வீடே அமைதியாய் இருந்தது. கோபத்துடன் வேறொரு புடவையை உடுத்திக்கொண்டு பரபரப்பாய் மறைந்தாள் இளைய மகள்.

"அத்த! அப்ப ஒனக்கு முன்னமே தெரியுமா ஒதவி அப்புடி பண்ணலன்னு?" அத்தையின் காதருகே சென்று மெல்லமாய்க் கேட்டாள் நித்யா.

"தெரியும்."

பெரியக்கடை வீதியில் பாத்திரக்கடை ஒன்றிற்கு நித்யாவும் அத்தையும் சென்றார்கள். கடைக்கு வெளியே உதவி நின்று கொண்டிருந்தான். தன் கையில் கொண்டு வந்திருந்த தூக்கு வாளியை யாருக்கும் தெரியாமல் அவன் கையில் கொடுத்து விட்டு அவனுக்கும் அவளுக்கும் சம்பந்தம் இல்லாதவள் போல கடைக்குள் நுழைந்தாள் அத்தை. வெகு நேரமாகத் தேடிப் பித்தளையில் நல்ல விளக்கொன்றை வாங்கினாள். அதன் விலை முந்நூறு என்றார் கடைக்காரர். அந்த விலையில் ஒரு பைசாக்கூட குறைப்பதற்கில்லை என்றார். அத்தை எல்லா வகையிலும் பேசிப்பார்த்தாள். விலையில் மாற்றமே இல்லை. புதிய வகைத் தனிச்சிரிப்புடன் ஒரு உரையாடலைத் துவங்கினாள். மேசைக்கருகே கோரைப்பாயில் சம்மணமிட்டு அமர்ந்திருந்த அத்தையின் கால்களைத் தன் கால்களால் தேடிக்கொண்டிருந்தார் நாற்காலியில் அமர்ந்திருந்த கடைக்காரர். ஒருவழியாக விளக்கு நூறு ரூபாய் என முடிவானது. இரு நூறு ரூபாயைத் தன் மெட்டிக் கால்களால் குறைத்திருந்தாள் அத்தை.

விளக்கை வாங்கிக்கொண்டு வெளியே வந்த போது உதவி அங்கேயேதான் நின்று கொண்டிருந்தான். அவன் கையில் இருக்கும் தூக்கு வாளியையே அத்தை பார்த்துக் கொண்டிருந்தாள். அவன் முகம் முன்பு எப்போதும் பார்க்காத வகையில் அகலமாக இருந்தது. அவனுடைய காதுகள் மேலே கீழே என ஏறி இறங்கிக் கொண்டிருந்தன. தூக்கு வாளியுடன் கடைக்குள் சென்றவன் அத்தையைப் பார்த்துக் கொண்டே கடைக்காரரின் மேசை மீது வாளியைப் போட்டு உடைத்தான். வாளிக்குள்ளிருந்து பணியாரங்கள் சிதறி ஓடின. அத்தையை முறைத்துப் பார்த்துவிட்டு அங்கிருந்து ஓடிப்போனான்.

அத்தையின் மகனை விட உதவிக்கு ஒரு மூன்று வயது கூடுதலாய் இருக்கலாம். ஆனால் தோற்றத்தில் அத்தைமகன் தான் மூப்பாய்த் தெரிவான். அத்தைக்கு ஒரு கனவு இருந்தது. நித்யாவைத் தன் மகனுக்கு மனைவியாக்கித் தன் தலைமுறையை வியாபிப்பது என்று. ஒவ்வொரு முறை அத்தை அது பற்றிப் பேசும்போதும் நித்யாவிற்கும் அத்தைக்கும் பெரியதொரு சண்டையில் முடியும்.

யாருமே எதிர்பாராத ஒரு நண்பகலில் ஆற்றில் மூழ்கி அத்தை மகன் இறந்து போனான். மாமா முற்றாய் உடைந்து போனார். அத்தை மாராப்பை விலக்கி விலக்கிப் பிள்ளையைக் கேட்டு

அழுது மாண்டாள். யாரோ ஒருவனாய்த் துக்க வீட்டின் கோடியில் உதவி நின்றிருந்தான்.

மாராப்புச் சீலையை வாரிக் கொட்டி அழுது மன்றாடிய அத்தையை ஒரு கணம் மட்டுமே பார்த்தான் உதவி. கூட்டத்தைப் பற்றிச் சிறிதும் யோசிக்காமல் நேராக அத்தையிடம் வந்து கீழே விழுந்து கிடந்த மாராப்பை எடுத்து முழுதாய் ஒரு சுற்றுச் சுற்றி அத்தையைப் போர்த்தினான். போர்த்திய அவனை ஓடி வந்து ஓங்கி உதைத்தார் மாமா. வாயில் வந்த சகல செல்வாக்கான கெட்ட வார்த்தைகள் அனைத்தையும் எச்சிலுடன் துப்பினார்.

பதில் வினை எதுவும் ஆற்றாமல் தோள்களுக்குள் தன் மொத்த தலையையும் குறுக்கிக்கொண்டு அங்கிருந்து வெளியேறினான் உதவி. அதன் பிறகு யார் கண்ணிலும் அவன் படவே இல்லை.

குடிக்கு மயங்கிய நாளொன்றில் வாதத்தில் விழுந்தார் மாமா. கை கால்கள் அசைவுக்கு இணங்கவே இல்லை. வீடு நிரந்தரமான வறுமைக்குள் சென்றது. அத்தையையும் மாமாவையும் மட்டும் வைத்துக்கொண்ட அவ்வறுமை அத்தை மகள்களை ஆளுக்கொரு அத்தையைக் கூட்டிக்கொண்டு காதல் கணவன்களுடன் வெளியேற்றியது.

அத்தை கறுத்துப் போனாள். சமையல் வேலைக்கும் திருமண மண்டபங்களுக்கும் சென்று வந்தாள். அவ்வப்போது ஏதேனும் ஒரு சைக்கிள் அத்தை வீட்டு வாசலில் நிற்கும்.

நித்யாவின் போக்குவரத்தும் அத்தை வீட்டில் குறைய ஆரம்பித்தது. வாரமொரு முறை செல்வது என ஆரம்பித்து மாதம் ஒரு முறை என மெலிந்தது. நித்யாவின் அப்பா அத்தை வீட்டை மறைத்து பெரிய தடுப்புச்சுவர் எழுப்பி விட்டார்.

திடீரென ஊருக்குள் உதவி பற்றிய பேச்சுகள் மேலோங்கின. நவீன ரகக் கருவிகளுடன் மர வேலைப்பாடுகள் செய்யும் திறமையில் பெயரும் புகழும் சூடி உயர ஆரம்பித்தான். அவன் குறித்து அக்கம் பக்கத்தினர் பேசும் குறிப்புகளைக் கொண்டு அவனைப் பார்க்க வேண்டும் என்ற ஆர்வம் பெருகியது நித்யாவிற்கு. அவனைத் தேடிப்போன இடங்கள் எங்கும் அவன் இல்லை என்ற தகவலுடன் மட்டும் திரும்பினாள்.

அந்த வருட தீபாவளிக்குக் கோலமே இல்லாத அத்தை வீட்டு வாசலில் புதிதாக ஒரு இரு சக்கர வாகனம் நின்றது.

மடக்கொடி | 125

பார்ப்பதற்குப் பகுமானமாகவும் பளபளப்பாகவும் இருந்தது. நெடு நெடுவெனக் கச்சலான ஒருவன் அத்தையின் வீட்டிற்குள்ளிருந்து வெளியே வந்தான். வாயிலும் கையிலும் சிகரெட் புகைந்தது. உற்றுப் பார்த்தபோதுதான் தெரிந்தது அது உதவி.

உதவி வர ஆரம்பித்த பிறகு அத்தை வீட்டு வாசலில் வித வித சைக்கிள்கள் நிற்பதில்லை. பட்டுப்போய் நின்ற மாதுளை மரத்திற்குச் சிரத்தையுடன் உரமிட்டு அதன் உயிரை மீட்டு வைத்தான். வீட்டிலிருந்து தேவையற்றப் பொருள்களை வெளியே வீசிக் குப்பையாய்க் குவித்தான்.

உருக்குலைந்திருந்த வீடு திடுக்கென்று செழித்தது. பல சைக்கிள்கள் நிறுத்தப்பட்டதில் குண்டும் குழியுமாய்ச் சிதிலமடைந்திருந்த வாசல் பழைய வாழ்விற்கு மீண்டு மாக்கோலமும் செங்காமட்டையுமாக மங்களமானது.

நித்யாவும் அத்தை வீட்டிற்கு வந்து போகும் வழக்கத்தை மீட்க நல்லதொரு யோசனையைத் துலாவினாள். அத்தையிடம் இருந்த அடர் நீலப்புடவையின் இளஞ்சிவப்பு பூக்களின் மீது நித்யாவிற்கு சிறு வயது முதலே ஒரு கண் உண்டு. அத்தையின் வலது மார்பிற்கு மேல் சரியாகப் பொருந்தும் அந்த ஒற்றைப் பெரிய பூ வனப்போடு மலர்ந்து கிடக்கும். இப்போது நித்யாவிடம் அப்பூவைத் தாங்குமளவுக்கான காம்பு இருந்தது.

பள்ளிப்படிப்பின் நிறைவு நாளில் அதைக் கட்டிக்கொள்ள ஆசை என்பதாகப் புடவை கேட்கச் சென்றாள்.

“இனி இங்க வராத, வெளிய போ” என எரிச்சலுடன் பேசிய அத்தையை அந்த வயது வரை நித்யா கண்டதே இல்லை.

நித்யா சிறுமி அல்ல இப்போது என்பதைக் கண்ணுற்ற, அத்தைக்குள்ளிருந்த சக பெண்ணொருத்தி தன்னைக் கண்ணாடியில் பார்த்து சிகையை ஒழுங்குபடுத்தினாள். அத்தையின் முன் சிகையில் சாம்பல் பூத்திருந்தது.

நித்யா வெளியேறும்போது படுக்கையில் அசைவின்றிக் கிடந்த மாமாவின் கண்கள் நிசப்தமாய்ப் பொங்கி வழிந்தன. அத்தையின் உயரம் தாண்டி தான் வளர்ந்திருக்கக் கூடாதோ எனக் குமைந்து கொண்டே தன் வீட்டிற்கு நித்யா வந்த போது தடுப்புச்சுவர் தாண்டி அந்த அடர்நீலப்புடவை வீசப்பட்டுக் கிடந்தது.

மேல் படிப்பிற்காக நகரத்தை நோக்கிப் புறப்படத் தயாரானது நித்யாவின் வீடு.

அத்தை வீட்டின் பக்கத்து வீட்டுக்காரியாக கடைசி நாள் அதுதான். வருவது வரட்டும் என அத்தையைக் கடைசியாய் ஒருமுறை பார்க்கச் சென்றாள். உதவியின் வண்டி வாசலில் நிற்கும் நேரமாய்ப் பார்த்துச் செல்வது எனத் திட்டம்.

அத்தையின் அடர்நீலப் புடவையை அத்தையின் தொனியிலேயே உடுத்திக் கொண்டாள். விளிம்புகளை அச்சுறுத்தும் இறுக்கமான ஜாக்கெட்டை அத்தையைக் காட்டிலும் அகலக் குடைந்திருந்தாள். இளஞ்சிவப்பு நிற பெரிய பூ மிகச்சரியாக வலது மார்பில் பூத்திருந்தது.

கூடத்தில் வெளிச்சம் இல்லை. வாசலின் ஒளியில் சொற்பத்தை மட்டும் வாங்கி வழி தெரிந்தது. திண்ணைக்கு நேராகத் தாழ்பட்ட சன்னலின் அடியில் கால் நீட்டி அத்தை அமர்ந்திருந்தாள். அத்தையின் மடியில் உதவி படுத்திருந்தான். திண்ணையின் ஆரம்பம் வரை நீண்டிருந்த அவன் கால்களை வைத்துதான் அது உதவி என உறுதியாக்க முடிந்தது. அத்தை புடைப்பாய்த் தெரிந்தாள்.

பழக்கப்பட்ட அருவருப்பொன்றை நீண்ட காலத்திற்குப் பின் மீண்டும் உணர்ந்தாள் நித்யா. அங்கே இருளின் நெடி குமட்டியது. ஒவ்வாமையின் வெப்பத்தால் வேகமாய் வெளியேறினாள்.

நூறு ரூபாய்க்கு அத்தை வாங்கிய நல்ல விளக்கு வீட்டோரக் குப்பையில் கிடந்தது. சற்று நேரம் நின்று அதையே பார்த்துக் கொண்டிருந்தாள். தழைந்திருந்த புடவையை உயரத் தூக்கிக் குப்பைக்குள் புகுந்து விளக்கை எடுத்து நிமிர்ந்தவளின் வலது இளஞ்சிவப்புப் பூ முற்றிலும் விலகிப் புதுப்பூ பூத்திருந்தது.

முந்தானையால் விளக்கைத் துடைத்துக் குப்பையிலிருந்து நகர்ந்தவளின் முன் உதவி நின்றான்.

அவள் கையிலிருந்த விளக்கை வெடுக்கெனப் பிடுங்கி இன்னும் தூரமாக வீசினான்.

உதவி கிழக்கிலும் நித்யா மேற்கிலும் மறைவதை வீட்டிற்குள்ளிருந்து அத்தை பார்த்துக் கொண்டிருந்தாள்.

❑

மடக்கொடி | 127